AF654736

കെ. എസ്. മിനി

കണ്ണൂർ ജില്ലയിലെ കിഴുന്നയിൽ ജനനം. 32 വർഷത്തെ അദ്ധ്യാപന ജീവിതം. സർക്കാർ ഹൈസ്കൂളിൽ പ്രധാന അദ്ധ്യാപിക ആയിരിക്കെ സർവ്വീസിൽ നിന്നും വിരമിച്ചു. കഥകളും ലേഖനങ്ങളും നർമ്മങ്ങളും എഴുതിയിട്ടുണ്ട്. ഫോട്ടോഗ്രാഫി ചെയ്യുന്നുണ്ട്. ബ്ലോഗുകളിലും വിക്കിപീഡിയയിലും എഴുതുന്നു. സാംസ്കാരിക സംഘടനകളിൽ അംഗമാണ്, രചനാ മത്സരങ്ങൾക്ക് സമ്മാനം നേടിയിട്ടുണ്ട്. 2017 ൽ കോഴിക്കോട് കേരള ഹാസ്യവേദിയുടെ സഞ്ജയൻ പുരസ്കാരം ലഭിച്ചു.

അച്ഛൻ : പുത്തൻപുരയിൽ ഗോപാലൻ, അമ്മ : പള്ളിവളപ്പിൽ യശോദ
ഭർത്താവ് : സി കെ. മുകുന്ദൻ മാസ്റ്റർ, മക്കൾ : സിമി, സ്മിജ
മരുമക്കൾ : സുശാന്ത്, അനുരൂപ്, ചെറുമക്കൾ : നവശ്രീ, ശ്രീപാർവണ, രേവന്ത്

പുസ്തകങ്ങൾ :
ടെറസ്സിലെ കൃഷിപാഠങ്ങൾ (കാർഷികം), അനിയൻബാബു ചേട്ടൻബാബു, മനസ്സിൽ ലഡ്ഡുപൊട്ടുമ്പോൾ, മിനിനർമ്മകഥകൾ, പുട്ടും കടലയും, പുരനിറഞ്ഞ പുരുഷൻ (ഹാസ്യകഥകൾ)
മാക്രി മെമ്മോറിയൽ ഹൈസ്കൂൾ, കാക്കക്കുയിലേ ചൊല്ലൂ, ചിപ്പിയമ്മയും കുഞ്ഞുങ്ങളും (ബാലസാഹിത്യം)

വിലാസം: 'സി. കെ. ഹൗസ്', ചക്കരക്കല്ല്, പോസ്റ്റ് ഇരിവേരി, കണ്ണൂർ-പിൻ: 670613
ഫോൺ : 0497 2852079, മൊബൈൽ: 9847842669, 8547862079
ഇ മെയിൽ : souminik@gmail.com

Malayalam Language
Ettu Sundarikalum oru Cinemayum
(Stories)
by
K. S. Mini

Published in May 2019
by Kairali Books Private Limited
Thalikkavu Road, Kannur.
Ph : 0497-2761200
E-Mail : Kairalibooksknr@gmail.com

Cover Design :
Prasanth Mangad

Price ₹ : 130.00
17/19-20/Sl.No.1087/500/NS 18.6
ISBN 978-93-49726-29-1

എട്ടുസുന്ദരികളും ഒരു സിനിമയും

കെ. എസ്. മിനി

കൈരളി ബുക്സ്

കഥകൾ

ആനജീവിതം

ചുട്ടുപഴുത്ത റോഡിലൂടെ നടക്കുമ്പോൾ മനസ്സിൽനിറയെ കാടിന്റെ ഓർമ്മകൾ മാത്രമായിരുന്നു. നട്ടുച്ചക്കുപോലും വെയിൽ നാളങ്ങൾക്ക് കടന്നെത്താനാവാത്ത അടിക്കാടുകളിലൂടെ അകലെയുള്ള നീരുറവയെ ലക്ഷ്യമാക്കി മുന്നോട്ടുപോകുന്ന മധുരിക്കുന്ന ഓർമ്മകൾക്കെന്തൊരു സുഖം. ആ ഓർമ്മകളിൽ മുങ്ങിപ്പൊങ്ങി, ഒരു പുൽക്കൊടിയുടെ മറവുപോലും ഇല്ലാതെ വാഹനങ്ങൾ ഉയർത്തിവിട്ട പുകയും പൊടിയും വലിച്ചുകയറ്റിയിട്ട് റോഡിലൂടെ നടക്കുമ്പോഴാണ് ഇടതുവശത്ത് ആകാശം മുട്ടുന്ന ഷോപ്പിംഗ് മാളിന്റെ പുറം കണ്ണാടിയിൽ കണ്ടത്... അത്?

നാലുകാലും തുമ്പിക്കൈയുമായി മുന്നോട്ടുനടക്കുന്ന ആ വലിയ രൂപം, അത് എന്റേത് തന്നെയാണല്ലോ ആന... ഞാനൊരു ആനയാണ്...

ആന... ആന...ആന...

എന്നെക്കാൾ വലുതായി ആരുമില്ലെന്ന ചിന്ത ഉള്ളിന്റെ ഉള്ളിൽ നിന്നും പൊങ്ങിവന്ന, ആ നിമിഷം... മനസ്സൊന്നു പതറി...

എന്നിട്ടാണോ ഇങ്ങനെ?... എത്ര വേദനകളാണ് സഹിച്ചത്?...

കാലുകൾ കീറിമുറിച്ചുണ്ടാക്കിയ മുറിവുകളിൽ കുത്തി വേദനിപ്പിക്കുമ്പോൾ പ്രതികരണശേഷി നഷ്ടപ്പെടുത്തിയത് ആരാണ്?

മദജലം പൊട്ടിയൊലിക്കുമ്പോഴും ആർക്കോവേണ്ടി കാട് വെട്ടിത്തെളിച്ചപ്പോൾ നിലംപതിച്ച വന്മരങ്ങൾ വലിച്ചുകൂട്ടാൻ പഠിപ്പിച്ചത് ആരാണ്?

പട്ടിണിയും ദാഹവും മറന്നുകൊണ്ട് പണിയെടുക്കാൻ പഠിപ്പിച്ച് പതം വരുത്തിയത് ആരാണ്?

ചങ്ങലപ്പാടുകൾ മാറാത്ത വ്രണങ്ങളായി ഈച്ചയാർക്കുന്നത് അറിയാതിരിക്കാൻ പഠിപ്പിച്ചത് ആരാണ്?

ഓർമ്മവെച്ചപ്പോൾ അമ്മയോടൊപ്പം ആയിരുന്നു. ബന്ധുക്കളും കൂട്ടുകാരുമായി ചേർന്നുള്ള വലിയൊരു കുടുംബം. പുതുമഴ

യിൽ പൊട്ടിമുളച്ച തളിരിലകൾ തിന്നുകൊണ്ട് കുറുമ്പുകാട്ടി തുള്ളിച്ചാടി നടക്കുമ്പോഴാണ് വഴിതെറ്റി പടുകുഴിയിൽ പതിച്ചത്. പിന്നെയങ്ങോട്ട് വേദനകളുടെയും സഹനത്തിന്റെയും എണ്ണിയാലൊടുങ്ങാത്ത നാളുകൾ. മരക്കൂട്ടിൽ നിർത്തി കാരിരുമ്പ് ചങ്ങലകൾ വരിഞ്ഞുചുറ്റിക്കെട്ടിയിട്ട് അടിച്ചു പതംവരുത്തിയിട്ട് എന്റേതായിരുന്ന ശരീരവും മനസ്സും മറ്റാരുടേതോ ആക്കിമാറ്റിയപ്പോൾ സ്വപ്നങ്ങൾ പോലും ഇല്ലാതായി. ഞാനാരാണെന്ന് എനിക്കുപോലും അറിയാത്ത അവസ്ഥ;

ഇനിയങ്ങോട്ട് അതുവേണ്ട... ഞാനൊരു ആനയാണ്...

എനിക്ക് ചിന്നംവിളിക്കണം... തകർക്കണം; എല്ലാറ്റിനേം തകർക്കണം...

ചിന്തിച്ചുനിന്നതിനാൽ നടത്തത്തിന്റെ വേഗത കുറഞ്ഞത് അറിഞ്ഞപ്പോൾ അയാൾ ഓടിവന്നു. അവന്റെ കൈയിലെ തോട്ടിയുടെ കുത്തേറ്റാൽ പ്രാണൻ പോകുന്ന വേദനയാണ്. വേദന അവനും ഒന്നറിയട്ടെ; എത്രകാലമാണ് ഇങ്ങനെയൊരുത്തനെ സഹിക്കുന്നത്... ഇവനെ തട്ടിയിട്ടുതന്നെ കാര്യം...

ആനയുടെ സ്വഭാവത്തിലെന്തോ പന്തികേട് തോന്നിയതുകൊണ്ടാവാം, മുന്നിൽ നടക്കുന്നതിനിടയിൽ തോട്ടിയുമായി തിരിഞ്ഞുനിന്നത്. അപ്പോഴേക്കും അവനെ പിടിക്കാൻ കഴിഞ്ഞു... തുമ്പിക്കൈകൊണ്ട് പിടിച്ചുചുറ്റി ആകാശത്തേക്ക് ഉയർത്തിയിട്ട് കുണ്ടും കുഴിയുമുള്ള റോഡിൽ ആഞ്ഞടിച്ചശേഷം ആനക്കാലുകൾകൊണ്ട് ചവിട്ടിയരച്ച് കൊമ്പിൽ കോർത്തെടുത്ത് അകലേക്ക് എറിഞ്ഞപ്പോഴാണ് അരിശം തീർന്നത്...

പാപ്പാനാണ് പോലും, പാപ്പാൻ...

തുമ്പിക്കൈ ഉയർത്തി മുന്നോട്ട് നടക്കുമ്പോഴാണ് അത് കണ്ടത്... തോട്ടി... ഇത്രയും വലിയ ആനയെ വരച്ചവരയിൽ നിർത്തുന്ന ഇത്തിരിപോന്ന വടി... അവസാനം അത് ചവിട്ടിയൊടിച്ചപ്പോൾ എന്തൊരു ആശ്വാസമാണ്. ചോദിക്കാൻ ആരാ വരുന്നതെന്ന് നോക്കട്ടെ; അതുവരെ ചിന്നംവിളിച്ച് ഓടിയിട്ട് സ്വാതന്ത്ര്യമൊന്ന് ആഘോഷിക്കട്ടെ. ഹോ, ഇനി ആരെയും ഭയപ്പെടേണ്ടതില്ലല്ലൊ... കാട്ടാന ആയി നടക്കേണ്ടവനെ നാട്ടാന ആക്കി മാറ്റിയ ദുഷ്ടന്മാർ പേടിച്ച് പരക്കം പായുന്നത് കാണാൻ എന്തൊരു രസമാണ്... പറ്റുമെങ്കിൽ കാട്ടിലേക്കൊന്ന് പോവണം,, അവിടെ ബന്ധുക്കൾ ആരെ

ങ്കിലും കാണുമോ? അല്ല, കാടുതന്നെ ഉണ്ടാവുമോ?

ഇത്രേംവലിയ ആന ഓടുമ്പോൾ ആളുകൾ ഉരുണ്ടുവീഴാതിരിക്കുമോ,,, അവർക്ക് അടങ്ങിയൊതുങ്ങി വീട്ടിലിരുന്നാൽ പോരെ,,, അവരെന്തിനാണ് കാട്ടിൽ കഴിയേണ്ട എന്നെപ്പിടിച്ച് നാടുനീളെ എഴുന്നെള്ളിക്കുന്നത്? ആനയെ അറിയാത്തവർ ഇനിയങ്ങോട്ട് അനുഭവിക്കട്ടെ,,,

എല്ലാരും ഓടുന്നതിനിടയിൽ ഒരുത്തൻ കല്ലെടുത്ത് എറിയുന്നുണ്ടല്ലോ; അവനെ ശരിയാക്കിയിട്ടുതന്നെ കാര്യം. അവനെന്താ വിചാരിച്ചത്,,, ആനക്ക് ഓടാൻ പറ്റില്ല എന്നാണോ? നിർത്തിയിട്ട ബസ്സിന്റെ പിന്നിൽ ഒളിച്ചിരുന്നവൻ ആനയുടെ തുമ്പിക്കൈ തൊട്ടുതൊട്ടില്ല എന്നായപ്പോൾ ഓടിമാറിയിട്ട് ടിപ്പർ ലോറിയുടെ ഇടതുവശത്തൂടെ ഓടി ഇന്നോവയുടെ മുകളിൽ ചാടിയിട്ട് നേരെ പാസഞ്ചർ ലോറിയുടെ മുകളിൽകയറി ഇരിക്കുകയാണ്. അവിടെയിരുന്നാൽ പിടിക്കാനാവില്ല എന്നാണ് വിചാരം; ലോറിക്കിട്ട് ഒരു ചവിട്ട് കൊടുത്തപ്പോൾ അവൻ നിലത്തുചാടി തൊട്ടടുത്ത തട്ടുകടയുടെ അടിയിലൂടെ കെ.എസ്.ആർ.ടീ.സി. ബസ് സ്റ്റാന്റിലേക്ക് ഓടിക്കയറിയിട്ട് ആദ്യംകണ്ട ആനവണ്ടിയിൽ കയറി ഒളിച്ചിരുന്നു. സംഗതി അറിയാതെ ഡ്രൈവർ ബസ്സ് സ്റ്റാർട്ട് ചെയ്തപ്പോൾ നേരെ മുന്നിൽ പോയി നിന്നു,,, അവനെ ഇറക്കിവിടാതെ ഒരാനവണ്ടിയും മുന്നോട്ടുപോകേണ്ട,,, പെട്ടെന്ന് ബസ്സ് നിർത്തിയിട്ട് ഡ്രൈവർ ഇറങ്ങി ഓടുന്നതുകണ്ടപ്പോൾ പൊട്ടിച്ചിരിക്കാൻ തോന്നി,, ആളുകൾ പേടിച്ചോടുന്നത് കാണാൻ എന്തൊരു രസമാണ്. ബസ്സിനുള്ളിൽ ഒളിച്ചിരിക്കുന്നവൻ പേടിച്ച് മൂത്രമൊഴിച്ചിട്ടുണ്ടാവും; അവനവിടെത്തന്നെ കിടക്കട്ടെ;

തിരിഞ്ഞ് റോഡിലേക്ക് ഇറങ്ങുമ്പോഴാണ് തൊട്ടടുത്ത മരത്തിലിരുന്ന് ഒരുത്തൻ ഉച്ചത്തിൽ കൂവിയത്, 'ആനയതാ പേടിച്ചോടുന്നൂ. കൂയ്യ്'. ഇവനാരെടാ,, എന്നെനോക്കി കൂവാൻ... നേരെ നടന്ന് മരം പിഴുതുമാറ്റിയപ്പോൾ അഞ്ചാറ് ചെറുപ്പക്കാരതാ റോഡിൽകിടക്കുന്നു, കൂട്ടത്തിൽ ഒരുത്തനെ പിടിക്കാൻ തുമ്പിക്കൈ നീട്ടിയപ്പോൾ അവന്റെ ബോധം പോയി, പിന്നെ ഒന്നും ചെയ്തില്ല. എന്നാലും ആ കല്ലെടുത്ത് എറിഞ്ഞവൻ.

ഇടതുവശത്തുള്ള പുതിയ ടെക്സ്റ്റൈൽ ഷോപ്പിന്റെ ഒരുവശത്ത് തയ്യൽ മെഷീനുമായി ഒരു കിഴവൻ ഇരിക്കുന്നുണ്ടല്ലോ... ഓ,

ഇവനായിരിക്കണം വല്യപ്പൂപ്പന്റെ തുമ്പിക്കൈയിൽ സൂചികുത്തി വേദനിപ്പിച്ചത്. എല്ലാദിവസവും പഴം കൊടുക്കുന്ന തയ്യൽക്കാരൻ പഴമില്ലാത്ത ദിവസം ആനയുടെ തുമ്പിക്കൈയിൽ സൂചി കയറ്റുക,, പകരം ചോദിച്ചിട്ടുതന്നെ ബാക്കി... കണ്ണാടിച്ചില്ല് പൊട്ടിച്ച് ആന അകത്തുകടന്നപ്പോൾ ആളുകളെല്ലാം പേടിച്ചോടുകയാണ്. ഇത്രയധികം ആളുകൾ ഇതിനുള്ളിൽ ഉണ്ടായിരുന്നോ? അതിനിടയിൽ ആ തയ്യൽക്കാരൻ എങ്ങോട്ടുപോയി? സാരമില്ല അവന്റെ തയ്യൽമെഷീൻ ചവിട്ടി പരത്തിയിട്ടുണ്ട്... ഇനിയവൻ തുന്നുന്നതൊന്ന് കാണണം...

ഇറങ്ങി ഓടുന്നവരുടെ കൂട്ടത്തിൽ കുഞ്ഞിനെ ഒക്കത്തെടുത്ത സ്ത്രീ വീണുപോയല്ലൊ, കൂടെയുള്ള കെട്ടിയോൻ കൊച്ചിനേം തള്ളേനേം തനിച്ചാക്കി പ്രാണനും കൊണ്ട് ഓടുന്നുണ്ടാവും. അതുവരെ 'പൊന്നേ, ചക്കരേ തേനെ' എന്നൊക്കെ വിളിച്ചാലും ചാവാൻ പോകുമ്പം അവനവനെ രക്ഷിക്കാൻ മാത്രം നോക്കുന്ന ദുഷ്ടൻ. പാവം, കുഞ്ഞിനെ മാറത്ത് അടക്കിപ്പിടിച്ച് കരയുന്ന അമ്മയെ ആശ്വസിപ്പിക്കണമെന്നുണ്ടെങ്കിലും വേണ്ടെന്നുവെച്ചു. തുമ്പിക്കൈകൊണ്ട് തലോടുമ്പോൾ പേടിച്ച് മരിച്ചുപോയാൽ കുഞ്ഞിനെ ആരുനോക്കും? എല്ലാം തകർത്തെറിഞ്ഞിട്ടുണ്ട്; ഇനി വെളിയിലേക്കിറങ്ങി മുന്നോട്ടു നടക്കാം, അല്ല ഓടിക്കളിക്കാം.

മുന്നിലൊരു വലിയ ബസ്സ് നിർത്തിയിട്ടുണ്ടല്ലോ. റോഡിലൂടെ നടക്കുമ്പോൾ പലപ്പോഴും ഇതിനകത്ത് കയറാൻ കൊതിച്ചിട്ടുണ്ട്; ഇതുതന്നെ അവസരം. അകത്തേക്ക് കയറാൻ പറ്റുന്നില്ലല്ലോ. എന്നാലിതൊന്ന് അടിച്ചുതകർത്തേക്കാം. ഹോ, ഇത്രയേ ഉറപ്പുള്ളു! ഒറ്റച്ചവിട്ടിന് തകർത്തപ്പോൾ കാല് വേദനിച്ചു. നോക്കിയപ്പോൾ ചോര ഒഴുകുകയാണ്, ഒഴുകട്ടെ, മറ്റുള്ളവർക്കൊന്നും നഷ്ടപ്പെടാനില്ലല്ലോ, ഇതെന്റെ സ്വന്തം മുറിവിൽനിന്ന് ഒഴുകുന്നതല്ലേ, ആനരക്തം. അലറിവിളിച്ചിങ്ങനെ ഓടിനടക്കാൻ എത്രയോ നാളായി കൊതിക്കുന്നതാണ്. എന്റെ സ്വാതന്ത്ര്യം എന്റേത് മാത്രമായ സ്വാതന്ത്ര്യം... അത് മറ്റാർക്കും അവകാശപ്പെട്ടതല്ല, അല്ലേയല്ല...

റോഡിന്റെ അരികിലുള്ള തൂണുകൾ ഇളക്കിമാറ്റുമ്പോഴാണ് തലയിൽ ഏറ് കൊണ്ടത്, നന്നായി വേദനിച്ചു. എറിഞ്ഞവനെ നോക്കിയപ്പോൾ കാണാനേയില്ല, ആരോ ഒരുത്തൻ മൊബൈലുമായി വന്ന് ഫോട്ടോ എടുക്കുന്നുണ്ടല്ലോ. ഇക്കൂട്ടരെക്കൊണ്ട് തോറ്റു. എ

വിടെപ്പോയാലും വരും പടം പിടിക്കാൻ. ആന എങ്ങോട്ട് തിരിഞ്ഞാലും മൊബൈലിൽ പിടിക്കണം; തിന്നുമ്പോൾ, കിടക്കുമ്പോൾ, കുളിക്കുമ്പോൾ, കളിക്കുമ്പോൾ, നടക്കുമ്പോൾ... എതിന് പിണ്ടമിടുന്നതും ഇവന്മാർക്ക് മൊബൈലിൽ പകർത്തണം. ഈ നേരത്ത് ഇവനെ ശരിയാക്കണം. നല്ല ചാൻസാണ്...

ആന ഓടുന്നതു കണ്ടപ്പോൾ അവൻ റോഡിലൂടെ നേരെയങ്ങ് ഓടാൻ തുടങ്ങി. പിന്നാലെ ഓടിയിട്ട് അവനെ പിടിക്കാനാവുന്നില്ലല്ലോ. മുന്നിൽ കാണുന്നതെല്ലാം തകർത്തുകൊണ്ട് ഓടുമ്പോഴാണ് കഴുത്തിലെന്തോ തറഞ്ഞുകയറിയത്. വെടിയുണ്ടയാണോ? അയ്യോ ചാവുന്നതിനുമുൻപ് ചിലരോടുകൂടി പകരം ചോദിക്കാനുണ്ടല്ലോ. ആനയെ വെടിവെച്ച് കൊല്ലാൻ എത്ര മനുഷ്യരാണ് തോക്കുമായി മുന്നിൽ നിൽക്കുന്നത്...

ആരൊക്കെയോ ഓടിവരുന്നുണ്ടല്ലോ. കഴുത്തിൽ തറഞ്ഞുകയറിയത് വല്ലാതെ വേദനിക്കുന്നുണ്ട്... വെടികൊണ്ടാൽ ഇങ്ങനെയാണോ? അതാ റോഡരികിലൊരു കാട്. നൂറുകണക്കിന് ശാഖകൾ നിവർത്തി ഉയർന്നുപൊങ്ങിയ മരം പട്ടണനടുവിൽ ചെറിയൊരു കാട് തന്നെയാണ്. ശരീരമൊട്ടാകെ വേദനിക്കുകയാണ്. ആ തണലിൽ എത്തിയാൽ ആശ്വാസമായി, കുടിക്കാനിത്തിരി വെള്ളം കിട്ടുമോ...

തണലൊരുക്കിയ മരം അകലുകയാണോ? നടന്നെത്താൻ എന്തൊരു ദൂരമാണ്... കാഴ്ച മങ്ങുകയാണോ? അയ്യോ. ഈ ആളുകളൊക്കെ അടുത്തുവന്ന് എന്തൊക്കെയാണ് വിളിച്ചുകൂവുന്നത്. അതിനിടയിൽ ആരുടെയോ സാന്ത്വനസ്പർശത്തോടൊപ്പം ആശ്വാസവാക്കുകൾ.

'ഉറങ്ങട്ടെ ഉറക്കം തെളിയുമ്പോൾ എല്ലാം നോർമലാവും.'

ഉറക്കികിടത്താനാണ് ഇക്കൂട്ടരുടെ പരിപാടി; ഞാനൊരു ആനയല്ലേ? ഇതിനുമാത്രം ഞാനെന്താണ് ചെയ്തത്?

ഏതോ തുരങ്കത്തിലൂടെയാണല്ലോ സഞ്ചരിക്കുന്നത്. ദേഹമാകെ കുലുങ്ങുന്നുണ്ടെങ്കിലും വേദന തോന്നിയില്ല, ആകെയൊരു മയക്കം. തുരങ്കത്തിന്റെ വാതിൽ തുറക്കുമ്പോൾ വെള്ളവസ്ത്രം അണിഞ്ഞ സുന്ദരി മറ്റുള്ളവരോടായി പറഞ്ഞു.

'ലിഫ്റ്റിന്ന് ഇറങ്ങുമ്പോൾ ശ്രദ്ധിക്കണം.'

പെട്ടെന്നാണ് ശക്തമായ വെളിച്ചം കണ്ണിൽ പതിച്ചത്. ഇങ്ങനെ

കിടന്നിട്ട് ഒന്നും കാണാനാവുന്നില്ലല്ലോ. കണ്ണ് വീണ്ടുംവീണ്ടും തുറന്നടച്ചപ്പോൾ കൂടെ നടക്കുന്ന വെള്ളപ്രാവുകളുടെ ഉറക്കച്ചടവുള്ള മുഖങ്ങൾ; കൂട്ടത്തിൽ അദ്ദേഹവും ഉണ്ടല്ലോ!

“സിസ്റ്റർ എന്താണ് പറ്റിയത്? ഡോക്റ്ററെന്ത് പറഞ്ഞു?”

“ഇപ്പോൾ ഉറങ്ങാനുള്ള മരുന്ന് കൊടുത്തിരിക്കയാ... പരിക്കുപറ്റിയതൊക്കെ മരുന്നുവെച്ച് കെട്ടി ശരിയാക്കിയിട്ടുണ്ട്. പിന്നെ നെറ്റിയിലും കാലിനും മൂന്ന് സ്റ്റിച്ച്‌വീതം ഉണ്ട്. നെറ്റിയിൽ ആഴത്തിലുള്ള മുറിവാണ്”

“എന്നാലും പെട്ടന്നല്ലേ സ്വഭാവം മാറിയത്; വീട്ടിലാരും ഇല്ലായിരുന്നു...”

“ബോധം വരാറായി; ഇന്നുതന്നെ ഡിസ്ചാർജ്ജ്ചെയ്ത് വീട്ടിലേക്കുപോകാമെന്നാണ് ഡോക്റ്റർ പറഞ്ഞത്.”

“വീട്ടിൽ പോകാനോ?”

“അതെ, ഇവിടെ ജസ്റ്റ് ഒബസർവേഷൻ മാത്രം, പിന്നെ മുറിവിനൊക്കെ മരുന്ന് പുരട്ടിയാൽ മതി.”

“വീട്ടിലെങ്ങനെ പോകും? ആകെ അടിച്ചുതകർത്തിരിക്കയാണ്,, വീട്ടുസാധനങ്ങളെല്ലാം പുതിയത് വാങ്ങേണ്ടിവരും. ഫ്രിഡ്ജ്, മിക്സി, വാഷിംഗ് മെഷിൻ, കുക്കർ, ഗ്യാസ് സ്റ്റൗ, പാത്രങ്ങൾ. പോരാത്തതിന് ടീവിയും, എല്ലാം തല്ലിപ്പൊളിച്ച് ആകെ ഭൂകമ്പം വന്നതുപോലെയാണ്.”

“അച്ഛാ അതൊന്നും സാരമില്ല, വീട്ടിലെത്തിയാൽ അമ്മതന്നെയല്ലേ അതെല്ലാം നേരെയാക്കി വെക്കേണ്ടത്.”

മകളും വന്നിട്ടുണ്ട്... അപ്പോൾ.

ആനജീവിതത്തിന്റെ ആറാട്ട് കഴിഞ്ഞു,, തിരികെ സ്വന്തം തട്ടകത്തിലേക്ക്...

******

അമ്മികൊത്തൽ ഒരു പരീക്ഷണം

"അമ്മികൊത്താനുണ്ടോ? അമ്മി; അമ്മി കൊത്താനുണ്ടോ?... അംമ്മി."

കാക്കോത്തിക്കാവിൽ അപ്പൂപ്പൻതാടികളായി അലഞ്ഞുനടന്ന രേവതിയുടെ ശബ്ദം.

ശബ്ദത്തിന്റെ ഉറവിടം തേടി അടുക്കളയിൽനിന്നും വെളിയിലേക്ക് വന്നപ്പോൾ ആശാലത കണ്ടു; വലിയ ഇരുമ്പുഗെയ്റ്റ് പിടിച്ച് കമ്പികൾക്കിടയിലൂടെ മുറ്റത്തേക്ക് എത്തിനോക്കുന്ന കൊച്ചുമുഖം.

വീട്ടമ്മ നോക്കുന്നത് കണ്ടിട്ടാവണം അവൾ ആവേശത്തോടെ വിളിച്ചുകൂവി,

"അമ്മാ... അമ്മി കൊത്തരുതുക്കിരുക്കാ? അഴഹാ കൊത്തി തറാമേ...കൊഞ്ചം പൈസ കുടുത്താ പോതും."

ഇത്രയൊക്കെ പറഞ്ഞിട്ടും തന്നെ അവഗണിക്കുകയാണെന്ന് തോന്നിയപ്പോൾ അവൾ വീണ്ടും പറയാൻ തുടങ്ങി.

"അമ്മാ... കാലീലെ ഒണ്ണുമേ സാപ്പടലെ... കൊഞ്ചം കഞ്ഞിതണ്ണി കുടുതാ പോതും. നല്ല അഴഹാ കൊത്തി താറെമ്മ."

ലതയെന്ന് വിളിക്കുന്ന ഹയർസെക്കന്ററി അദ്ധ്യാപിക ആശാലത ഒരുനിമിഷം ആശ്ചര്യപ്പെട്ടു, അടുക്കളയിൽനിന്നും അമ്മികൾ ഡിലീറ്റ് ചെയ്യപ്പെട്ടതൊന്നും ഈ പെണ്ണിനറിയില്ലേ?

പെട്ടെന്ന്, ലതയുടെ തലയിൽനിന്നും വികടചിന്ത ഉണർന്നു,

വീട്ടിൽ നിന്നും പുറത്താക്കപ്പെട്ട അമ്മികളെപോലെ, സമൂഹത്തിന്റെ പുറമ്പോക്കിൽ ജീവിക്കുന്ന ഇവളെക്കൊണ്ട് ഇന്നത്തെ പരീക്ഷണപാചകം ഉദ്ഘാടനം ചെയ്യിക്കുന്നത് നന്നായിരിക്കും. അപകടം പറ്റിയാൽ ആരും ചോദിക്കാൻ വരില്ലല്ലോ.

മുറ്റത്തിറങ്ങിനടന്ന വീട്ടമ്മ ലതാരാമം എന്ന വലിയവീടിന്റെ വലിയഗെയ്റ്റ് തുറന്ന് ആ പെൺകുട്ടിയെ നോക്കി,,

ഒരു നിമിഷം, ഉള്ളിലൊരു ഞെട്ടൽ;

അവിശ്വസനീയമായ കാഴ്ച!

ഉച്ചവെയിലിന്റെ പീഢനം പൂർണ്ണമായി ഏറ്റുവാങ്ങുന്ന ആ പെൺകുട്ടിക്ക് ഏതാണ്ട് പതിനാല് വയസ്സ് തോന്നുമെങ്കിലും അഞ്ചാം ക്ലാസ്സുകാരിയുടെ വളർച്ച മാത്രം. മുഷിഞ്ഞ് അവിടവിടെ കീറിയ മഞ്ഞപാവാടക്കും പച്ചബ്ലൌസിനും മുകളിൽ ചുവന്നദാവണി ചുറ്റി അതിന്റെ അറ്റംകൊണ്ട് തല മൂടിയിട്ടുണ്ട്. വെറ്റില ചവച്ച് ചുവന്ന വായയും, എണ്ണയും വെള്ളവും കാണാത്ത മുടിയും ചേർന്ന ഒരു തമിഴ് നാടോടി പെൺകുട്ടി. എന്നാൽ ലതയെ ഞെട്ടിച്ചത് ഇതൊന്നുമല്ല;

അത്?

അവളുടെ വലത്തെ ചുമലിലെ മുഷിഞ്ഞ ഷാളിനുള്ളിൽ തല മാത്രം കാണിച്ചുകൊണ്ട്, ഒരു കുഞ്ഞ് കിടക്കുന്നു!!!

ഈശ്വരാ,,,

'അമ്മാ കൊഞ്ചം തണ്ണി താങ്കമ്മ... ഒറ് കൊഴന്തയിരുക്ക്, കൊഞ്ചം സാപ്പാടും താങ്കമ്മ,,'

വീട്ടമ്മയെ കണ്ടപ്പോൾ അവൾ ദയനീയമായി യാചിച്ചു,

പരിസരബോധം വീണ്ടെടുത്ത ലത അവളോട് മുറ്റത്തേക്ക് വരാൻ ആംഗ്യംകാണിച്ചു.

ഗെയ്റ്റ് കടന്ന് ഉള്ളിലെത്തിയ പെൺകുട്ടി ആവേശത്തോടെ സംസാരിച്ചുകൊണ്ട് പൂമ്പാറ്റയായി രൂപാന്തരപ്പെട്ടു! അവൾ പൂന്തോട്ടത്തിലുള്ള പൂക്കൾക്കുനേരെ ഓടാൻ തുടങ്ങി,

"എവ്വളു അഴഹാന പൂ..."

മല്ലികപൂവും ഡാലിയപൂവും പറിച്ചശേഷം ഓർക്കിഡ് പറിക്കുന്നതിനുമുൻപ്, ലത അവളുടെ കൈ പിടിച്ചുവലിച്ച് വീടിന്റെ പിൻവശത്തേക്ക് കൊണ്ടുപോയി.

"നീ അമ്മികൊത്താൻ വന്നതല്ലെ? ഇവിടെ വാ, അമ്മി കാണിച്ചുതരാം."

മുറ്റത്തെ മൂലയിൽ പൊട്ടിയ പ്ലാസ്റ്റിക്ക് സാധനങ്ങളും ഉണങ്ങിയ തേങ്ങകളും തൊണ്ടും കടലാസും കൂട്ടിയിട്ടതിന്റെ അടിയിൽ കമഴ്ന്നു കിടക്കുന്ന അമ്മി കാണിച്ചുകൊടുത്തിട്ട് അവളോട് ചോദിച്ചു.

"ഈ അമ്മികൊത്താൻ എത്ര പൈസ വേണം?"

പറയുന്നത് കേൾക്കാതെ പൊട്ടിയ പ്ലാസ്റ്റിക്ക് പാവയിൽ ശ്രദ്ധിക്കുന്നതു കണ്ടപ്പോൾ അവളുടെ തലയിൽ പതുക്കെ അടിച്ചു,

"നീയെവിടെയാ നോക്കുന്നത്? ഈ അമ്മികൊത്താൻ ഒരു നേരത്തെ ചോറ് മതിയോ?"

അവളെക്കാൾ ഭാരംതോന്നുന്ന അമ്മി ഉരുട്ടി നേരെയിടുമ്പോൾ തോളത്തു കിടന്നാടുന്ന കുഞ്ഞ് കരഞ്ഞു.

"സുമ്മാ ഇരീടാ,, അഴാതെ, അമ്മാ, ഇന്ത അമ്മി കൊതരുതുക്ക്, എരുവത് റുവാ മതിയമ്മ. ഇതൊടെ കൊഴവി എങ്കെ...?"

"കൊഴവിയെ കൊത്തണ്ട, അമ്മിമാത്രം കൊത്തിയാൽ മതി. അതുകൊണ്ട് പത്തുറുപ്പികയെ തരത്തുള്ളു."

കേട്ടത് അവിശ്വസനീയമായി തോന്നിയതിനാൽ കൊച്ചുകണ്ണുകൾകൊണ്ട് അവൾ വീട്ടമ്മയുടെ മുഖത്തുതന്നെ നോക്കിനിന്നു.

"പിന്നെ, നല്ല ഭംഗിയിൽ കൊത്തിയാൽ നിനക്ക് ഉഗ്രൻ ശാപ്പാട് കൂടിതരാം."

മക്കൾ ജിം ചെയ്യാനായി അമ്മിക്കുട്ടി എടുത്ത് ഓമനിക്കുന്നത് ഈ അണ്ണാച്ചിപെണ്ണിനോട് എന്തിന് പറയണം?

ശാപ്പാടെന്ന് കേട്ടപ്പോൾ കരിയിലക്കിളിയെപോലെ സ്വയം സംസാരിച്ചുകൊണ്ട് അവൾ ജോലിയിൽ മുഴുകി. നിലത്തിരുന്ന ശേഷം അരയിൽ ചുറ്റിയ തുണിക്കെട്ടിൽ നിന്ന് പണിയായുധങ്ങൾ വെളിയിലെടുത്തു; ഉളിയും ചുറ്റികയും.

ഗൃഹപ്രവേശന സമയത്ത് മകൾക്ക് അച്ഛൻ നൽകിയ; ഇതുവരെ ഉപ്പും മുളകും മഞ്ഞളും സ്പർശിക്കാത്ത പുത്തൻ അമ്മിയുടെ നെഞ്ചത്ത് ഉളിപതിക്കുന്ന ശബ്ദം കേട്ടപ്പോൾ ഉറങ്ങുന്നകുഞ്ഞ് ഞെട്ടിക്കരഞ്ഞു. ആയുധങ്ങൾ താഴെയിട്ടശേഷം കുട്ടിയെ എടുത്ത് മടിയിൽ കിടത്തി പാല് കൊടുക്കുമ്പോൾ അവൾ ദയനീയമായി വീട്ടമ്മയെ നോക്കി.

"അമ്മാ, കൊഞ്ചം തണ്ണി. കൊഴന്തെക്ക് റൊമ്പ പസി."

ലതക്ക് ദേഷ്യം വന്നു; ഈ നാടോടികൾക്കെല്ലാം ഒരേ വേഷം; ഒരേ സ്വഭാവം. മുറ്റത്ത് ഒരു വശത്തായുള്ള ടേപ്പ് തുറന്നുകാണിച്ച ശേഷം അവൾ അടുക്കളയിലേക്ക് പോയി.

ഹയർസെക്കന്ററി സ്ക്കൂൾ അദ്ധ്യാപികയായ ആശാലത ഒരു പാചകവിദഗ്ദ കൂടിയാണ്. പഠിപ്പിക്കുന്ന സസ്യങ്ങളുടെ മോർഫോളജിയെക്കാൾ വിദ്യാർത്ഥികൾ ഇഷ്ടപ്പെടുന്നത് അദ്ധ്യാപികയെ ആണെങ്കിലും സഹപ്രവർത്തകർ ഇഷ്ടപ്പെടുന്നത് അവർ കൊണ്ടുവരുന്ന വിഭവങ്ങളാണ്. ആശാലതയുടെ കറികൾ ഉണ്ടെങ്കിൽ സ്റ്റാ

ഫ്റൂമിലെ ഉച്ചഭക്ഷണം സദ്യ ആയിരിക്കും. അതുകാരണം ആശാലത മിസ്സിനെ ആരും വെറുക്കാറില്ല. വെറുപ്പുള്ളവരെയെല്ലാം കൊതിപ്പിച്ച് വെള്ളം കുടിപ്പിച്ച ചരിത്രമാണ് അവരുടേത്.

മിക്കവാറും ദിവസങ്ങളിൽ മല്ലിയും കുരുമുളകും ഇഞ്ചിയും മസാലയും കൂട്ടി വെളിച്ചെണ്ണയിൽ വറുത്തരച്ച തേങ്ങ ചേർത്ത്, കടുകും ഉള്ളിയും വറ്റൽമുളകും വറുത്തിട്ട 'ചെമ്മീൻ കറി', കറിവേപ്പിലയും മല്ലിയിലയും കൊണ്ടലങ്കരിച്ച്; ഓരോ ലഞ്ച്ബോക്സിലും അവർ വിളമ്പിക്കൊടുക്കും. ചിലപ്പോൾ ചിക്കനോ, ഞണ്ടോ, കക്കയിറച്ചിയോ, മഷ്റൂമോ ആവാം. അദ്ധ്യാപികയെ വെറുത്താലും അവർ നിർമ്മിക്കുന്ന കറികൾ വെറുക്കാൻ ആർക്കും കഴിയാറില്ല. അവരുടെ ഭർത്താവ്, കോളേജ് പ്രൊഫസർ 'റാം' ഭാഗ്യവാനാണെന്ന് സഹഅദ്ധ്യാപകർ പറയും. കുഞ്ഞിരാമനിലെ കുഞ്ഞിയും രാമനും ലോപിച്ച് വെറും 'റാം' ആയി രൂപാന്തരപ്പെട്ട മഹാനാണ് അയാൾ.

പുത്തൻ പാചക ഐറ്റംസ് കണ്ടുപിടിച്ചാൽ മറ്റുള്ളവർക്ക് നൽകി ടെസ്റ്റ് ചെയ്യുന്ന ആളാണ് നമ്മുടെ പാചകറാണി. സഹപ്രവർത്തകരെ ഗിനിപന്നികളാക്കി മാറ്റുകയാണെന്ന് അവരുടെ ഭക്ഷണം ടെയ്സ്റ്റ് ചെയ്ത് കഴിക്കുന്നവർ ഒരിക്കലും അറിയാറില്ല.

ലതക്ക് ഏറ്റവും ഇഷ്ടപ്പെട്ടത് മഷ്റൂം ഡിഷുകളാണ്. മഷ്റൂം മഞ്ചൂരി, മഷ്റൂം മസാല, മഷ്റൂം അവിയൽ, മഷ്റൂം ഉപ്പേരി, മഷ്റൂം അച്ചാർ, മഷ്റൂം ഫ്രൈ, അങ്ങനെ ഇനിയും അനേകം ഐറ്റംസ് ഉണ്ട്. ഞായറാഴ്ച ആയതിനാൽ ഇന്ന് നിർമ്മിച്ച മസാലക്കറിയിലെ മഷ്റൂമിന് അല്പം വ്യത്യാസം ഉണ്ട്; പുതുമഴ പെയ്തപ്പോൾ സമീപത്തെ തെങ്ങിൻതടത്തിൽ പൊങ്ങിവന്ന നാടൻ കൂണുകളാണ് പാചകത്തിനുപയോഗിച്ചത്. മുത്തശ്ശി പറമ്പിലൊക്കെ ചുറ്റിനടന്ന് ശേഖരിച്ച 'ഫ്രഷ് കൂണുകൾ' കറിവെച്ചുകഴിച്ച കുട്ടിക്കാലത്തിന്റെ ഓർമ്മയിലാണ് ലതയുടെ ഇന്നത്തെ പാചകം.

ബോട്ടണി അദ്ധ്യാപിക ആയതിനാൽ കറിവെച്ചത് വിഷമില്ലാത്ത കൂണുകളാണെന്ന് ലതക്ക് നൂറ് ശതമാനം ഉറപ്പുണ്ട്. എങ്കിലും അതൊന്ന് ടെസ്റ്റ് ചെയ്യാതെ എങ്ങനെ ഉപയോഗിക്കും? തന്റെ പാചകം കഴിച്ച് ഇതുവരെ ഒരാൾക്കും അപകടം പറ്റിയിട്ടില്ല. എങ്കിലും ഇന്നത്തെ കൂണുകൾ, തനിനാടൻ ആയതിനാൽ ഈ നാടോടി പെൺകുട്ടിക്കുതന്നെ ആദ്യം കൊടുക്കാം.

അല്പസമയം കഴിഞ്ഞപ്പോൾ സ്റ്റീൽപ്ലെയിറ്റിൽ ചോറും പുത്തൻ ഐറ്റമായ ഡലീഷ്യസ് കൂൺകറിയുമായി വീട്ടമ്മ സമീപിക്കുമ്പോൾ അമ്മി കൊത്തികഴിഞ്ഞ പെൺകുട്ടി ക്ഷീണിച്ച് ഇരിക്കുകയാണ്. ആ നേരത്തും അവളുടെകുഞ്ഞ് ഉറക്കംതന്നെ. ചോറ്റുപാത്രം അവൾക്കുനേരെ നീട്ടിയപ്പോൾ പെട്ടെന്ന് പിടിച്ചുവാങ്ങി അകലെ പോയിരുന്ന് വാരിത്തിന്നാൻ തുടങ്ങി. ചോറിന്റെ കൂടെ ഉപ്പേരിയും അവിയലും കാളനും കൂൺകറിയും ഒന്നിച്ചുചേർത്ത് വായിലാക്കുന്ന അവൾക്ക് ഒന്നിന്റെയും രുചി അറിയാൻ കഴിയുമെന്ന് തോന്നുന്നില്ല. അവസാനവറ്റും തിന്ന് പ്ലെയിറ്റ് തുടച്ചുകഴിഞ്ഞശേഷം തലയുയർത്തി വീട്ടമ്മയെ നോക്കി.

ആ നോട്ടത്തിന് ആയിരമായിരം നന്ദിയുടെ സൂചനയുണ്ട്.

പാത്രം കഴുകിയശേഷം പൈപ്പിലെ വെള്ളം കുടിക്കുന്ന പെൺകുട്ടിയോട് ലത ചോദിച്ചു.

"നിന്റെ നാടെവിടെയാ?"

"സേലത്തിലെ പെറുമാൾപുറം"

"ഇപ്പോൾ താമസിക്കുന്നത്?"

"പാളതുക്കു പക്കം"

"ഇത് നിന്റെ കൊച്ചല്ലേ, ഇതിന്റെ അച്ഛനെവിടെയാ?"

"ഇന്ത കൊഴന്തയോടെ അപ്പ, എൻ മാമ താൻ. ഇവൻ പെരന്തതും ഊറെ വിട്ട പോയാച്ച്."

നല്ല ബെസ്റ്റ് മാമ തന്നെ; മരുമകളെ സംരക്ഷിക്കുന്നതിനു പകരം അവൾക്ക് കളിപ്പാട്ടം പോലുള്ള കൊച്ചിനെ ഉണ്ടാക്കിക്കൊടുത്തശേഷം നാടുവിട്ട ദുഷ്ടൻ!

ഭക്ഷണം കഴിച്ചതു കൊണ്ടാവാം ദൈന്യഭാവം മാറി അവളുടെ മുഖത്ത് സന്തോഷം നിറഞ്ഞു. ആദ്യമേ ആവശ്യപ്പെട്ട ഇരുപതു രൂപതന്നെ കൊടുത്തപ്പോൾ ഇരുകൈകളും കൂപ്പിയിട്ട് വീട്ടമ്മയുടെ കാലുതൊട്ട് വന്ദിച്ചു.

ലതയുടെ മനസ്സിൽ നേരിയൊരു നൊമ്പരം,

"ചോറ് തിന്നിട്ട് നിനക്ക് പ്രയാസമൊന്നും ഇല്ലല്ലോ, നല്ല രുചിയില്ലേ?"

"ഏ, മാ,, അപ്പടി കേക്കുരിങ്കെ?"

"ഒന്നുമില്ല നീ വേഗം സ്ഥലം വിട്"

"കുമ്പുടുറെങ്കെ,,,, അമ്മാ എൻ കടവൂൾ മാതിരി"

കൂടുതൽ സമയം അവളെ വീട്ടിൽ നിർത്താൻ പാടില്ല; പെട്ടെന്ന് പുറത്താക്കണം. കൂൺകറി കഴിച്ചപ്പോൾ ഈ പെണ്ണിന് പ്രയാസമൊന്നും ഉണ്ടായിട്ടില്ല. അവധിദിവസം ആയതിനാൽ കുട്ടികളോടൊപ്പം രാവിലെ ബീച്ചിൽ പോയ റാം തിരിച്ചുവരാറായി. പുത്തൻ ഭക്ഷണം ഡൈനിംഗ് ടേബിളിൽ അറേഞ്ച് ചെയ്തിട്ട് അവരെ അത്ഭുതപ്പെടുത്തണം.

ഗെയ്റ്റ്തുറന്നിട്ട് തള്ളയെയും കൊച്ചിനെയും വെളിയിലേക്ക് കടത്തി. റോഡിലൂടെ നടന്നുനീങ്ങുന്ന അവളെ അല്പം വിഷമത്തോടെ ആശാലത നോക്കിനിന്നു. കളിപ്പാട്ടമെടുത്ത് കളിക്കേണ്ട പ്രായത്തിലാണ് ഒരു കൊച്ചിനെ ചുമക്കുന്നത്, പാവം.

പിറ്റേദിവസം തിങ്കളാഴ്ച,

മറ്റു വാഹനങ്ങളോടൊപ്പം യൂനിഫോം അണിഞ്ഞ വിദ്യാർത്ഥികളും സ്ക്കൂൾ ബസ്സുകളും റോഡിൽ നിറഞ്ഞൊഴുകുന്ന സമയം.

'ലതാരാമ'ത്തിന്റെ മുന്നിലൊരു പെൺകുട്ടിയുടെ ശബ്ദം മുഴങ്ങി.

"അമ്മി കൊത്താനുണ്ടോ? അമ്മി കൊത്താനുണ്ടോ? കൊത്താനുണ്ടോ?"

തലേദിവസത്തെ ഭക്ഷണത്തിന്റെ രുചിയോർത്ത്, ഇരുമ്പ് ഗെയിറ്റിന്റെ വിടവിലൂടെ അവൾ അകത്തേക്ക് എത്തിനോക്കി.

വീടിന്റെ വരാന്തയിൽ അനക്കമൊന്നും കാണാതായപ്പോൾ അവൾ വീണ്ടും വിളിച്ചു ചോദിക്കാൻ തുടങ്ങി.

"അമ്മി കൊത്താനുണ്ടോ?"

ഉച്ചത്തിൽ വിളിച്ചുകൂവിയിട്ടും ആരും വെളിയിൽ വരുന്നില്ലെന്ന് കണ്ടപ്പോൾ, ഉറങ്ങുന്ന കുഞ്ഞിനെയും എടുത്തുകൊണ്ട് കുഞ്ഞു നിരാശയോടെ നടക്കുമ്പോൾ തൊട്ടടുത്ത ചായക്കടയിൽ ഇരിക്കുന്ന ഒരാൾ അന്നത്തെ പത്രം വായിക്കുന്നുണ്ടായിരുന്നു,

"വിഷക്കൂൺ കഴിച്ച് ആശുപത്രിയിൽ"

"ലതാരാമത്തിലെ ഗൃഹനാഥനായ കോളേജ് പ്രൊഫസർ കുഞ്ഞിരാമനെയും, ഭാര്യ ഹയർസെക്കന്ററി ടീച്ചർ ആശാലതയെയും, ഹൈസ്ക്കൂൾ വിദ്യാർത്ഥികളായ രണ്ട് മക്കളെയും, വിഷമുള്ള കൂൺകറി കഴിച്ചതിനാൽ അവശനിലയിൽ ആശുപത്രിയിൽ പ്രവേശിപ്പിച്ചു. 'സസ്യശാസ്ത്രം' അദ്ധ്യാപകരായ രണ്ടുപേരും മക്കളും ഇന്നലെ കഴിച്ചത്....

******

പിരിഞ്ഞുപോകുന്നവർ

ബസ്സിൽനിന്ന് ഇറങ്ങിയശേഷം മനസ്സുനിറയെ ചിന്തകളുമായി കെട്ടിടത്തിന്റെ മൂന്നാമത്തെ നിലയിൽ കയറിയിട്ട് കിതപ്പ് മാറ്റുമ്പോഴാണ് ലിഫ്റ്റ് ഉണ്ടായിരിക്കുമല്ലോ എന്നോർത്തത്. ഒരു ദിവസം ലീവെടുത്തത് വെറുതെയാവല്ലേ, എന്ന പ്രാർത്ഥനയോടെ ഹോം നേഴ്സിങ്ങ് സ്ഥാപനത്തിന്റെ വാതിൽ തുറന്ന് അകത്തേക്ക് കടന്നു.

വിശാലമായ മുറിയിൽ ഒതുക്കിവെച്ച ഉപകരണങ്ങളുടേയും ഫയലുകളുടേയും മുന്നിൽ സ്ഥാപനമേധാവിയായ മാഡം ഇരിക്കുന്നുണ്ട്. കറങ്ങുന്ന കസാരയിൽ ഉൾക്കൊള്ളാനാവാത്ത ആകാരത്തോടുകൂടിയ അവർ വലിയൊരു പുസ്തകത്തിനകത്ത് തല താഴ്ത്തിയിരിപ്പാണ്.

ഞാൻ പറഞ്ഞു.

"ഒരു മണിക്കൂർ മുൻപ് ഞാൻ ഫോൺ ചെയ്തിരുന്നു..."

വാക്കുകൾ പൂത്തിയാവുന്നതിനു മുന്നെ അവർ പറഞ്ഞു,

"ഓ ടീച്ചർ, ബെഡ്സ്റ്റിലുള്ള അമ്മയെ പരിചരിക്കാൻ ഹോംനഴ്സിനെ വേണം. ഇന്നേതായാലും ഓക്കെയാവും. അഞ്ചാറുപേർ ഡ്യൂട്ടി റിലീവുചെയ്ത് വരുന്നുണ്ട്. അതുവരെ കാത്തിരിക്കാൻ വിഷമമില്ലല്ലോ?"

"ഇന്നേതായാലും ഞാൻ ലീവെടുത്തു; ഇന്നലെ രാവിലെ പെട്ടെന്നാണ് ഇവിടന്ന് അയച്ച ലിസമ്മ പോയത്. അവളുടെ അമ്മായിഅമ്മക്ക് ബോധമില്ലാതായി പോലും."

"സംഗതി റിപ്പോർട്ട് ചെയ്തിട്ടുണ്ട്. ടീച്ചറിവിടെ അല്പസമയം ഇരിക്ക്."

സമീപമുള്ള ചെയറിൽ ഇരിക്കാൻ തുടങ്ങിയപ്പോൾ മൂന്ന് ചെറുപ്പക്കാരികൾ അകത്തേക്ക് വന്നു. വന്നപാടെ കൂട്ടത്തിലൊരുത്തി ഒച്ചവെച്ച് സംസാരിക്കാൻ തുടങ്ങി,

"മാഡം ആ വീട്ടിൽ ഞാനിനി പോകുന്ന പ്രശ്നമേയില്ല."

"അതെന്താ രാഗിണീ, അങ്ങനെ പറയുന്നത്? നീ പോയ വീ

ട്ടിൽ പ്രായമായ മുത്തശ്ശി മാത്രമല്ലേയുള്ളൂ. ജോലിയാണെങ്കിൽ കുറവ്."

"ഹോ പ്രായമായ ഒരു സാധനം. വീട്ടിനകത്തു ചെരിപ്പിടാൻ പറ്റില്ല. പിന്നെ ചൂരീദാറിട്ടാൽ ഷാൾകൊണ്ട് മൂടണം, രാവിലെതന്നെ കുളിക്കണം, പാട്ടുപാടരുത്, ഉച്ചത്തിൽ സംസാരിക്കരുത്, എന്തൊക്കെയാണ് അവരുടെ നിയമങ്ങൾ! എനിക്ക് മടുത്തു."

പറഞ്ഞുകൊണ്ടിരിക്കെ വന്നവരെല്ലാം ഉൾവശത്തെ മുറിയിൽ കയറി വാതിലടച്ചപ്പോൾ എന്നെ നോക്കിയിട്ട് മാഡം പറഞ്ഞു.

"ടീച്ചർക്ക് ഇക്കൂട്ടത്തിലുള്ളവരൊന്നും പോരല്ലോ."

"എന്റെ അമ്മ കിടപ്പിലാണെങ്കിലും ഒരാളുടെ സഹായം ഉണ്ടായാൽ എഴുന്നേറ്റിരിക്കുകയും ബാത്ത്റൂമിൽ പോവുകയും ചെയ്യും. പിന്നെ സമയം നോക്കിയിട്ട് മരുന്നും ഭക്ഷണവും കൊടുക്കണം."

"അങ്ങനെയാനെങ്കിൽ രാധമ്മ ഇപ്പോൾ വരും, ടീച്ചർക്കവരെ ഇഷ്ടപ്പെടും."

"വളരെ ഉപകാരം."

ആശ്വാസത്തോടെ അവിടെയിരുന്നപ്പോൾ മനസ്സിൽ പലതരം ചിന്തകൾ ഉയർന്നുവരാൻ തുടങ്ങി. "സ്വന്തം മകൾക്കൊരു ആവശ്യം വന്നപ്പോൾ ശ്രദ്ധിക്കാൻ കഴിയാത്ത നിനക്കിപ്പോൾ പെറ്റമ്മയെ നോക്കാൻ നേരമുണ്ടായല്ലോ", എന്ന് ഭർത്താവ് പറയുന്നത് കുറ്റപ്പെടുത്തലാണെങ്കിലും സംഭവിക്കുന്നത് അങ്ങനെയാണ്. കാലം മാറിയപ്പോൾ അണുകുടുംബത്തിലേക്ക് ജീവിതം പറിച്ചുനട്ടതാണെങ്കിലും അമ്മക്കും അച്ഛനും ആകെയൊരു മകളായ എനിക്ക് കടമകളിൽനിന്ന് ഒളിച്ചോടാനാവില്ലല്ലോ. ആശുപത്രിയിലെ ലേബർ റൂമിന്റെ അടഞ്ഞവാതിലിനു മുന്നിലുള്ള കാത്തിരിപ്പിന്റെ ഒടുവിൽ പിഞ്ചുകുഞ്ഞിനെ ഇരുകൈകളിൽ വാങ്ങുമ്പോൾ ഉള്ളം നിറഞ്ഞ് ചിരിക്കുന്ന അമ്മൂമ്മവേഷം അണിയാനുള്ള അവസരം ലഭിച്ചില്ലെങ്കിലും ഒരുമാസം മുൻപ് കൊച്ചുമകന്റെ ഒന്നാം പിറന്നാൾ ആഘോഷിക്കാനായി വിദേശത്തുനിന്നും മകൾ വീട്ടിലെത്തിയപ്പോൾ അതിരുകവിഞ്ഞ സന്തോഷം തോന്നിയിരുന്നു.

അദ്ധ്യാപനജീവിതത്തിന്റെ അവസാന വർഷങ്ങൾ പൂർത്തിയാക്കുന്നതിനിടയിൽ വീട്ടുചുമതലകളും അമ്മയുടെ രോഗാവസ്ഥയും കടന്നുവന്നപ്പോൾ ഏകമകളുടെ കടിഞ്ഞൂൽ പ്രസവവും ശുശ്രൂഷയും ഒഴിഞ്ഞുമാറലിൽ കലാശിച്ചു. അന്യരാജ്യത്തുവെച്ച് മകൾ പ്രസവിക്കുമ്പോൾ കുഞ്ഞിനെ ഏറ്റുവാങ്ങിയത് അവളുടെ ഭർത്താവ്

തന്നെ. കാലം മാറിയപ്പോൾ എല്ലാം ന്യൂജൻ ആയിരിക്കുന്നു,, ജനനത്തിനും മരണത്തിനും ജീവിതത്തിനും ഇടയിൽ ഹോംനേഴ്സ് എന്ന ഘടകം കടന്നു വന്നിരിക്കയാണ്. മകളുടെ പ്രസവം നടക്കുമ്പോൾ ആശുപത്രിയിലെ ലേബർ റൂമിനകത്ത് ഗർഭിണിയുടെ ഭർത്താവോ അടുത്ത ബന്ധുക്കളൊ ഉണ്ടാവണം പോലും. എത്ര മനോഹരമായ രാജ്യം. എത്രനല്ല നിയമം!

ആളുകൾ വരികയും പോവുകയും ചെയ്യുന്നതിനിടയിൽ എനിക്കുശേഷം വന്ന രണ്ട് പുരുഷന്മാർ പുതിയ ഹോം നേഴ്സിനെ ഏറ്റെടുത്തശേഷം പണമടച്ചിട്ട് അവരുമായി സ്ഥലംവിട്ടു. ഏതാനും വർഷമായി എന്റെ വീട് ഹോംനേഴ്സുമാരുടെ കുടിയേറ്റ മേഖലയാണ്. അതുവരെ വീട്ടിലെ എല്ലാ ജോലിയും ഒറ്റക്ക് ചെയ്തിരുന്ന അമ്മയെ രോഗിയാക്കി മാറ്റിയത് നാലുകൊല്ലം മുൻപുള്ള വീഴ്ചയാണ്. അതോടൊപ്പം പ്രഷറും ഷുഗറും കടന്നുവന്ന് രോഗാവസ്ഥയിൽ വേദന തിന്നുന്ന അമ്മയെ തനിച്ചാക്കിയിട്ട് പോയാലൊരു മനസമാധാനം ലഭിക്കില്ല. ഭാര്യയുടെ അമ്മ ആയതുകൊണ്ടാവണം അങ്ങേർക്ക് ഇക്കാര്യത്തിൽ ഒരുപങ്കും ഇല്ലാത്ത മട്ടാണ്. അടുത്തകാലത്തായി ആശുപത്രിയും വീടും ആയിട്ട് വേദനകൾ നിറഞ്ഞ ഓരോ ദിവസവും എണ്ണിത്തീർക്കുകയാണെന്ന് അമ്മയുടെ കണ്ണുകൾ നോക്കിയാലറിയാം. ജോലി കിട്ടിയ ഉടനെ വിവാഹം കഴിഞ്ഞതുകൊണ്ട് അച്ഛനും അമ്മക്കും ഭാരമാവാതിരുന്ന മകളാണ് ഞാനെന്ന് ഇടയ്ക്കിടെ അമ്മ പറയാറുണ്ട്. ആവശ്യമുള്ളതെല്ലാം ചെയ്തുകൊടുക്കുന്നുണ്ടെങ്കിലും അദ്ധ്യാപക ജോലി ഒഴിവാക്കിയിട്ട് അമ്മയോടൊപ്പം വീട്ടിലിരിക്കാൻ പറ്റുമോ? അമ്മയുടെ പരാതി കേൾക്കുമ്പോൾ ചിലപ്പോൾ ദേഷ്യം വരാറുണ്ടെങ്കിലും എന്തു ചെയ്യാനാണ്?

ഉച്ചയാവാറായപ്പോഴാണ് പ്രായക്കൂടുതലുള്ള ഒരു സ്ത്രീ അകത്തേക്ക് വന്നത്. അവരെ കണ്ട ഉടനെ മാഡം എന്നെ നോക്കി,

“ടീച്ചറെ ആളെത്തി.”

മനസ്സിലെ ആശ്വാസം പ്രകടിപ്പിക്കാതിരിക്കാൻ ഒരു വിഫലശ്രമം നടത്തിയിട്ട് ഞാൻ ആ സ്ത്രീയെ നോക്കി. ഏതാണ്ട് അറുപതിനു മുകളിൽ പ്രായം വരും. അദ്ധ്വാനശീലയാണെന്ന് തോന്നിക്കുന്ന തടിച്ചുരുണ്ട ദേഹം. അമ്മയെ എടുത്തുയർത്താൻ ഇവർക്ക് നിഷ്പ്രയാസം കഴിയും. പെട്ടെന്നുതന്നെ അവർ പറയുന്ന തുക എണ്ണിക്കൊടുത്ത് രജിസ്റ്ററിൽ ഒപ്പുവെച്ചപ്പോൾ രാധമ്മ എന്ന സ്ത്രീ

എന്റെ വീട്ടിലെ ഹോംനേഴ്സ് ആയി ഡ്യൂട്ടിയിൽ പ്രവേശിച്ചു. അവരെയും കൂട്ടി വെളിയിലിറങ്ങാൻ നേരത്ത് ചെയ്യേണ്ട കാര്യങ്ങളൊക്കെ വിശദീകരിച്ചപ്പോൾ ഒരു സംശയം.

"ചേച്ചി ടീച്ചറാണല്ലേ? അപ്പോൾ ഭക്ഷണമൊക്കെ ഞാനുണ്ടാക്കണോ?"

"ഭക്ഷണമെല്ലാം രാവിലെത്തന്നെ ഞാനുണ്ടാക്കും, എട്ടുമണിക്ക് സ്കൂളിലേക്ക് ഞാൻ പോകുമ്പോൾ ഒപ്പം ഭർത്താവ് ടൗണിലുള്ള കടയിലേക്ക് ഇറങ്ങും. വൈകിട്ട് അഞ്ചര കഴിഞ്ഞ് ഞാൻ വരുന്നതുവരെ അമ്മയെയും വീടിനേയും നോക്കണം; വീട്ടിൽ മറ്റാരുമില്ല. അവധി ദിവസങ്ങളിൽ ഞാനും വീട്ടിലുണ്ടാവും."

"അതൊക്കെ എനിക്ക് ശീലമാണ്. ഇതുപോലെയുള്ളൊരു ഡ്യൂട്ടി അവസാനിച്ചപ്പോഴാണ് ഞാനിങ്ങോട്ട് വന്നത്."

"അവസാനിച്ചതോ? എങ്ങനെ?"

"അത് അവിടത്തെ പ്രായമുള്ള മുത്തശ്ശി മരിച്ചപ്പോൾ എന്റെ ജോലി തീർന്നു."

മനസ്സിന്റെ ഉള്ളിലൊരു ഞെട്ടൽ. പെട്ടെന്ന് ഞാൻ വിഷയം മാറ്റി.

"നമുക്ക് ഭക്ഷണം കഴിക്കാം, ഉച്ചയായില്ലേ?"

"ഭക്ഷണം കഴിക്കാൻ അടുത്തൊരു നല്ല ഹോട്ടലുണ്ട്."

"ശരി"

അല്പം നടന്നപ്പോൾ പുറമേ ചെറുതെങ്കിലും അകം വിശാലമായ ഹോട്ടലിൽ കയറി ഉച്ചഭക്ഷണം കഴിച്ചു. അതിനിടയിൽ രാധമ്മയുടെ വീട്ടുകാര്യങ്ങളൊക്കെ തിരക്കി. ഭർത്താവിന് കാര്യമായ ജോലിയില്ലെങ്കിലും ഭാര്യയുടെ പണം ചെലവാക്കാൻ അയാൾ മിടുക്കനാണ്. അകാലത്തിൽ വിധവയായ മകൾക്കും അവളുടെ രണ്ട് കുട്ടികൾക്കും വേണ്ടിയാണ് ഈ പ്രായത്തിലും അവർ അദ്ധ്വാനിക്കുന്നത്. വീട് അകലെയൊരു ഗ്രാമത്തിലാണെങ്കിലും പട്ടണവും വഴികളും എന്നേക്കാൾ പരിചയം,,

ഭക്ഷണം കഴിഞ്ഞ് ബസ്സ്റ്റാന്റിൽ എത്തിയപ്പോൾ രാധമ്മ പറഞ്ഞു.

"ടീച്ചറെ സാധനങ്ങളൊന്നും വാങ്ങിയില്ല."

"ഓ അതുഞാൻ മറന്നുപോയി, ഇവിടെനിന്നുതന്നെ എല്ലാം വാങ്ങാം."

ഹോംനേഴ്സിന് ആവശ്യമുള്ളതൊക്കെ പണിയെടുപ്പിക്കുന്ന വീ

ട്ടുകാർ കൊടുക്കണം എന്നാണ് നിയമാവലി. സൂപ്പർ മാർക്കറ്റിന്റെ അടുത്തെത്തിയപ്പോൾ അവർ പറഞ്ഞു.

“ആദ്യം അമ്മക്ക് വേണ്ടതൊക്കെ വാങ്ങാം, എനിക്കുവേണ്ടത് പിന്നീട് മതി.”

“അമ്മക്ക് ഹോർലിക്സും പഴവും വേണം, ഓട്സ് കഴിക്കാനുള്ളത് വീട്ടിലുണ്ട്.”

“അതൊന്നുമല്ല, അമ്മയിപ്പോൾ കൂടുതൽ സമയം കിടപ്പിലല്ലേ. അപ്പോൾ ഡയപ്പർ കെട്ടിയാൽ ഇടയ്ക്കിടെ ബാത്ത്റൂമിൽ പോകുന്നത് ഒഴിവാക്കാമല്ലോ. അതെല്ലാം അടുത്തുള്ള മെഡിക്കൽ ഷാപ്പിൽ കിട്ടും. പിന്നെ അമ്മ നല്ല തടിയുള്ള ആളാണോ?”

“അല്ല, ഇപ്പോൾ നന്നായി മെലിഞ്ഞിരിക്കയാണ്.”

മെഡിക്കൽ സ്റ്റോർ ജീവനക്കാരെല്ലാം പരിചയക്കാർ; ആവശ്യം രാധമ്മ പറഞ്ഞു.

“അഡൽട്ട് ഡയപ്പർ മീഡിയം സൈസ്, പിന്നെ പൗഡറും വേണം.”

“എത്രയെണ്ണം വേണം.”

“ഇപ്പോഴൊരു ആറെണ്ണം മതിയാവും,, വലിയ വിലയല്ലേ, ബാക്കി പിന്നീട് വാങ്ങാമല്ലോ.”

പെട്ടെന്ന് ഞാൻ ഇടപെട്ടു.

“ഇരുപതെണ്ണം എടുത്തോ, ഒന്നിച്ചു വാങ്ങുന്നതാണ് നല്ലത്.”

പണം കൊടുത്തിട്ട് സാധങ്ങളുടെ കെട്ടുമായി ഇറങ്ങിയപ്പോൾ രാധമ്മ പറഞ്ഞു.

“ഇനി എനിക്കാവശ്യമുള്ളത്. ഒപ്പം അമ്മക്ക് ഭക്ഷണത്തിനുള്ളതും വേണം.”

“സ്റ്റേഷനറി കടയിൽ കയറിയപ്പോൾ അവർ അവശ്യവസ്തുക്കളുടെ ലിസ്റ്റ് പറഞ്ഞു. ടൂത്ത് പെയ്സ്റ്റ്, സോപ്പ്, ചീപ്പ്, പെയിൻ ബാം, പൌഡർ തൊട്ട് തലയിൽ തേക്കാനുള്ള പാരച്യൂട്ട് വരെ. എല്ലാം ആയപ്പോഴാണ് ഒടുവിലത്തെ ഐറ്റം വന്നത്.”

“ടീച്ചറെ മൊബൈലിൽ കാർഡ് ഇടണം. വെറും ഇരുപത് ഉറുപ്പികക്ക് മതി”

രാധമ്മയെ വല്ലാതങ്ങ് ഇഷ്ടപ്പെട്ടു. ഇനിയങ്ങോട്ട് ഞാൻ ചെയ്യേണ്ട കടമകളെല്ലാം ചെയ്യേണ്ടത് അവളല്ലേ, എനിക്കുപകരം അമ്മയെ ശുശ്രൂഷിക്കുന്നതല്ലേ. പണത്തിന്റെ കാര്യത്തിലെന്തിന് കുറവുവരുത്തണം. മൊബൈൽ ഷോപ്പിലെത്തിയപ്പോൾ ഞാൻ പറ

ഞ്ഞു.

"ചുരുങ്ങിയത് മൂന്ന് മാസം രാധമ്മ എന്റെ വീട്ടിലുണ്ടാവുമല്ലൊ,,, ഏതാ കമ്പനി?"

"എയർടെൽ"

"200 രൂപക്ക് ചാർജ്ജ് ചെയ്തോ, നമ്പർ പറഞ്ഞുകൊടുക്ക്."

എന്റെ വാക്കുകൾ കേട്ടപ്പോൾ അവർക്ക് സന്തോഷം വർദ്ധിച്ചു. എല്ലാം വാങ്ങിയിട്ട് വീട്ടിലേക്ക് പോകാനാനുള്ള ബസ് നോക്കി നടക്കുമ്പോൾ അവർ പറഞ്ഞു,

"ടീച്ചറെ, ഇന്നത്തെകാലത്ത് മുതിർന്നവർക്ക് സ്വന്തം കുട്ടികളെ നോക്കാൻപോലും നേരമില്ലാത്തപ്പോൾ പ്രായമുള്ളവരെകുറിച്ച് അവരൊട്ടു ചിന്തിക്കുന്നതേയില്ല. അതുകൊണ്ട് അങ്ങനെയുള്ളവരെ നോക്കാനാണ് ഞങ്ങളെപ്പോലുള്ള ആളുകൾ."

അമ്മ പറയുന്നതുപോലെ രാധമ്മയും പറയുന്നതു കേട്ടപ്പോൾ ആശ്ചര്യം തോന്നി.

ബസ് വരാൻ പത്തു മിനിട്ട് കഴിയണം. എനിക്ക് കൂടുതൽ കാര്യങ്ങൾ അറിയാൻ താല്പര്യമായി.

"രാധമ്മ എപ്പോഴും പ്രായമുള്ളവരെ നോക്കാൻ മാത്രമാണോ പോകുന്നത്?"

"അതാണെനിക്കിഷ്ടം, പ്രായമുള്ളവരെ നോക്കുക എന്നത്. പിന്നെ പ്രസവക്കേസിനൊക്കെ പോയാൽ ധാരാളം പണം മാത്രമല്ല തിന്നാനും കിട്ടും. കൊച്ചിനെ കാണാൻ വരുന്നവരൊക്കെ ഹോം നേഴ്സിന് പണം തരുമെങ്കിലും ഭയങ്കര ജോലിയാണ്. കൊച്ചിന്റമ്മച്ചിയും വീട്ടുകാരും കൂർക്കം വലിച്ചുറങ്ങുമ്പോൾ നമ്മള് കരയുന്ന കൊച്ചിനേയുമെടുത്ത് ഉറങ്ങാതെ നടക്കണം. അതൊന്നും എന്നെക്കൊണ്ടാവില്ല."

"ഈ പുരുഷന്മാരെയൊക്കെ പരിചരിക്കുന്നത് ആരാണ്? അതിനായിട്ട് ആണുങ്ങളുണ്ടോ?"

"രണ്ടുകൊല്ലം മുൻപ് ഞാൻ പോയിട്ടുണ്ട്. അതാവുമ്പം കൂലി കൂടുതലാണ്. പെണ്ണുങ്ങളെ നോക്കുന്നതു പോലെയല്ലത്, ആണുങ്ങളെ എപ്പോഴും നല്ല വേഷത്തിലും വൃത്തിയിലും കിടത്തണം."

"അതൊക്കെ ചെയ്യാൻ പുരുഷ നേഴ്സുമാരില്ലേ?"

"എല്ലാം നമ്മള് തന്നെ ചെയ്യും, അന്ന് ഞാൻ പോയിരുന്ന വീട്ടിലെ ആള് മൂന്ന് മാസം കഴിഞ്ഞപ്പോൾ മരിച്ചുപോയി."

"അയ്യോ, കഷ്ടായിപ്പോയല്ലോ."

"പിന്നെ, എനിക്കേറ്റവും ഇഷ്ടപ്പെട്ടത് ഒരു ടീച്ചറമ്മയുടെ വീട്ടിലെ ഡ്യൂട്ടി ആയിരുന്നു. പ്രായം എന്നെക്കാൾ കുറവാണെങ്കിലും ബാത്ത്റൂമിന്ന് കാലുതെറ്റി വീണ് കിടപ്പിലായതാ,, ഞാനെത്തി ഒരുമാസം ആയപ്പോഴേക്കും മരിച്ചു. ഇത്തരം രോഗികളെ നോക്കാനാണ് എനിക്കിഷ്ടം."

എന്റെ തലയിലാകെ ഭയം ഇരച്ചുകയറാൻ തുടങ്ങി. എന്തു പറഞ്ഞാലും മരണത്തിൽ ചെന്നവസാനിക്കുന്നു.

ബസ്സിനകത്തിരിക്കുമ്പോൾ ചിന്തകൾ ചിതറിയോടാൻ തുടങ്ങി. ഇരട്ടവേഷം കെട്ടാൻ തുടങ്ങിയ സ്ത്രീകളെല്ലാം അണുകുടുംബം ആയതോടെ സ്ത്രീകളെല്ലാതായി മാറിയിട്ട് കടമകളെല്ലാം ബാക്കിയാവുകയാണ്. എത്ര പണം കൊടുത്താലാണ് പെറ്റമ്മയോടുള്ള കടമകൾ ചെയ്തുതീർക്കാൻ പറ്റുക. എതാനും വർഷം മുൻപ് പെട്ടെന്നായിരുന്നു അച്ഛന്റെ മരണം. വീട്ടിലിരുന്ന് സംസാരിക്കുന്നതിനിടയിൽ ഒരു വീഴ്ച,, അതോടെ എല്ലാം തീർന്നു. അതുപോലെ ആരെയും വിഷമിപ്പിക്കാതെ രോഗിയായി കിടക്കാതെ മരിക്കാനുള്ള ഭാഗ്യം ലഭിക്കണമെന്നാണ് അമ്മ എപ്പോഴും പറയാറുള്ളത്.

വീട്ടിലെത്തിയ ഞങ്ങളെ കണ്ടപ്പോൾ അമ്മക്ക് ആശ്വാസമായി. അടച്ചുപൂട്ടിയ വീട്ടിൽ ഏതാനും മണിക്കൂർ കഴിഞ്ഞതിന്റെ പരാതിക്കെട്ട് അഴിക്കാൻ തുനിഞ്ഞതോടെ ഞാൻ രാധമ്മയെ പരിചയപ്പെടുത്തി. അമ്മക്ക് രാധമ്മയെ ഇഷ്ടപ്പെട്ടെന്ന് ഏതാനും നേരത്തെ പെരുമാറ്റത്തിൽ നിന്നും മനസ്സിലായി.

ആശ്വാസം പെയ്തിറങ്ങിയ രണ്ട് ദിവസം കഴിഞ്ഞപ്പോൾ ലീവെടുത്ത കാലത്തെ പഠനപ്രവർത്തനങ്ങൾ ഓരോന്നായി പൂർത്തിയാക്കാൻ തുടങ്ങി. ഒരു കുഞ്ഞിനെപ്പോലെ അമ്മയെ ശുശ്രൂഷിക്കുന്നതോടൊപ്പം വീട്ടുകാര്യങ്ങൾ കൂടി നോക്കുന്ന രാധമ്മയെ കിട്ടിയത് എനിക്കുവേണ്ടി അമ്മ ചെയ്ത പുണ്യം തന്നെയാവണം. ഇന്നുരാവിലെ വീട്ടിൽനിന്നും ഇറങ്ങാൻ നേരത്ത് പതിവിനു വിപരീതമായി അമ്മയുടെ അടുത്തിരിക്കാൻ പറഞ്ഞപ്പോൾ കൈപിടിച്ചുകൊണ്ട് പറഞ്ഞു,

"മോളേ നീയിന്ന് നേരത്തേ വരണം."

കേട്ടപ്പോൾ ദേഷ്യമാണ് തോന്നിയത്, അൽപം കനപ്പിച്ചുതന്നെ പറഞ്ഞു.

"അമ്മയെന്താ ഒന്നും അറിയാത്തതുപോലെ... സ്കൂളിലിപ്പോൾ

എടുത്താൽ പൊങ്ങാത്ത ജോലിയാണുള്ളത്. അമ്മക്കുവേണ്ടി ലീ വെടുത്തതുകൊണ്ടല്ലെ പണിയൊക്കെ ബാക്കി കിടക്കുന്നത്.”

“ഞാനെത്ര കാലമാ ഇങ്ങനെ കിടക്കുക,, ഒന്നങ്ങോട്ട് ദൈവം വിളിച്ചെങ്കിൽ. കാണാനൊരു രോഗമില്ലെങ്കിലും വേദന സഹിക്കാനാവുന്നില്ല.”

“അതിപ്പം ഞാനെന്ത് ചെയ്യാനാണ്? അമ്മക്ക് അറിയില്ലേ, മരുന്നും ഭക്ഷണവുമൊക്കെ സമയാസമയം കഴിച്ചാൽ പണ്ടത്തെപ്പോലെ എഴുന്നേറ്റ് നടക്കാനാവും.”

“എന്നാലും എന്റെ മോളെ കഷ്ടപ്പെടുത്തിയിട്ട് എത്ര കാലമാണിങ്ങനെ?”

“എനിക്കൊരു കഷ്ടപ്പാടുമില്ല, അനങ്ങാതെ കിടന്നിട്ട് രാധമ്മ തരുന്ന ഭക്ഷണവും മരുന്നുമൊക്കെ കഴിക്കണം.”

മനസ്സിന്റെ ഉൾത്തടത്തിൽ അമ്മയുടെ കണ്ണുനീരിന്റെ പൊള്ളലോടെയാണ് വീട്ടിൽനിന്നും ഇറങ്ങിയത്.

ക്ലാസ്സിൽ പോയിട്ട് ഒരക്ഷരവും പഠിപ്പിക്കാനായില്ല. ഉച്ചയാവാറായപ്പോൾ പ്രയാസം കൂടിയതിനാൽ ഇറങ്ങിനടന്നപ്പോൾ മലയാളം ക്ലാസ്സിലെ കുട്ടികൾ ചൊല്ലുന്നത് കേട്ടു,

‘പിരിയേണമരങ്ങിൽ നിന്നുടൻ
ശരിയായി കളിതീർന്ന നട്ടുവൻ’

പെട്ടെന്ന്, അരുതാത്തതെന്തോ സംഭവിക്കുന്നുണ്ടെന്ന് തോന്നാൻ തുടങ്ങി. അകത്തുവന്ന് ഇരിക്കാൻ തുടങ്ങുമ്പോൾ രാധമ്മയുടെ ഫോൺ. ഇടറിയ ശബ്ദം.

“ടീച്ചറേ, പെട്ടെന്ന് വാ, അമ്മയെ വിളിച്ചിട്ട് അനക്കമില്ല. അടുത്തവീട്ടിലെ ആളുകളൊക്കെ വന്നിട്ടുണ്ട്.”

ഉള്ളിലാകെ എന്തൊക്കെയോ വലിഞ്ഞുമുറുകി പൊട്ടിച്ചിതറുകയാണ്...

രാധമ്മയുടെ പതിവ് തെറ്റിയിട്ടില്ല,, എന്നാലും ഇത്ര പെട്ടെന്ന്!

എത്രയോ ദിവസങ്ങളായി തലക്കകത്ത് കുടിപാർത്ത കിളികൾ ചിലച്ചുകൊണ്ട് അകലേക്ക് പറന്നുപോയി. ശരിയായി കളി തീർന്നാൽ...?

******

കണ്ണൂർ റെയിൽവെ സ്റ്റേഷൻ

തെക്ക് വടക്കായി നീണ്ടുകിടക്കുന്ന റെയിൽപാളങ്ങളുടെ ഇരുവശങ്ങളിലായി ഉയർന്നുനിൽക്കുന്ന കണ്ണൂർ റെയിൽവെ സ്റ്റേഷൻ പരിസരത്തുകൂടി മങ്ങിയ വെളിച്ചത്തിൽ നടക്കുമ്പോൾ അകലെ നിഴലും വെളിച്ചവും ചേർന്ന് ഏകാന്തയാത്രികരെ പേടിപ്പിക്കുന്ന അതിവിശാലമായി നീണ്ടുകിടക്കുന്ന പ്ലാറ്റ്ഫോം. പ്രതീക്ഷകൾ പൂവണിയുന്ന കൂടിച്ചേരലുകൾക്കും വിരഹം പേറുന്ന വിടപറയലുകൾക്കും സാക്ഷികളായി തെക്കുനിന്നും വടക്കുംനിന്നും ചൂളംവിളിച്ച് ഓടിയെത്തുന്ന തീവണ്ടികൾ.

അന്ന്,

എന്നുവെച്ചാൽ അൻപത് വർഷം മുൻപ്...

ഓവർ ബ്രിഡ്ജുകളും അണ്ടർ ബ്രിഡ്ജുകളും നിർമ്മിക്കുന്നതിനു മുൻപ്...

അങ്ങനെയുള്ളൊരു കാലത്ത്, ത്രിസന്ധ്യ ആരംഭിക്കുന്നതിന് മുൻപാണ്.

കണ്ണൂർ റെയിൽവെ സ്റ്റേഷനിൽ ആ ദിവസം, ഞാൻ കാല് കുത്തിയത്.

കാല് കുത്തിയത് ആദ്യമായിട്ടല്ല, എന്നാൽ ഇത്രയും 'വൈകിയ നേരത്ത്' വടക്കുനിന്നും വന്നുചേർന്ന വണ്ടിയിൽ നിന്നും ഇറങ്ങിയിട്ട് പ്ലാറ്റ്ഫോമിൽ കാല് കുത്തുന്നത് ആദ്യമായാണ്.

കണ്ണൂരിലെ അറിയപ്പെടുന്ന കോളേജിൽ പഠിക്കുന്നകാലത്ത് പട്ടണത്തിൽ വനിതകൾക്ക് മാത്രമായുള്ള ഹോസ്റ്റലിലാണ് എന്റെ താമസം. ക്ലാസ്സ് കഴിഞ്ഞ് വെള്ളിയാഴ്ച പയ്യന്നൂരിലെ വീട്ടിലേക്ക് ട്രെയിനിൽ പോയ ഞാൻ ഞായറാഴ്ച വൈകുന്നേരം കണ്ണൂരിൽ തിരിച്ചെത്തുന്നത് ട്രെയിനിൽ തന്നെ ആയിരിക്കും. പയ്യന്നൂർ റെയിൽവെ സ്റ്റേഷനിൽ എത്തുന്നത് രാത്രിയായാതിനാൽ എന്റെ വരവും കാത്ത് അവിടെ അച്ഛനുണ്ടാവും. പതിവുപോലെ വീട്ടിൽനിന്ന് കണ്ണൂരിലെ ഹോസ്റ്റലിൽ ഞായറാഴ്ച വൈകുന്നേ

രം എത്തിച്ചേരാനായി പയ്യന്നൂരിൽവെച്ച് ട്രെയിനിൽ കയറിയതാണ്. എന്നാൽ ആ ഒരു ദിവസം ട്രെയിൻ വൈകി, യാത്ര വൈകി, അങ്ങനെ പരിസരമാകെ അന്ധകാരം പതുക്കെ വ്യാപിക്കുകയാണ്.

വീട് പയ്യന്നൂർ റെയിൽവേസ്റ്റേഷന് സമീപത്തായതിനാൽ അക്കാലത്ത് എന്റെയും നാട്ടുകാരുടെയും യാത്രകളെല്ലാം ട്രെയിനിന്റെ സമയത്തെ ആശ്രയിച്ചായിരുന്നു. വീട്ടിലെ ഏക സന്താനമായതിനാൽ യാത്രകൾ പലപ്പോഴും അച്ഛന്റെ കൂടെയായിരുന്നു. പത്താംതരം കഴിഞ്ഞ് കോളേജിലും ഹോസ്റ്റലിലും പ്രവേശിച്ചതോടെ എന്റെ യാത്രകൾക്ക് കൂട്ട് ഞാൻ മാത്രമായി മാറി. 'മറ്റുള്ളവരുടെ കൂടെ പലതവണ പോയാലും മനസ്സിലാകാത്ത വഴികൾ ഒറ്റത്തവണ ഒറ്റക്ക് യാത്രചെയ്താൽ തിരിച്ചറിയും' എന്നാണ് ചൊല്ല്. എന്നാൽ എനിക്ക് വഴി മനസ്സിലാവണമെങ്കിൽ, ചുരുങ്ങിയത് മൂന്ന് തവണയെങ്കിലും ഒരേവഴി പോകേണ്ടിവരും.

കോളേജിൽ ചേർന്ന് ഹോസ്റ്റലിൽ താമസം തുടങ്ങിയിട്ട് മാസം രണ്ട് കഴിഞ്ഞതിനാൽ വഴികൾ തെറ്റാറില്ലെങ്കിലും, അന്ന് വൈകുന്നേരം എന്റെ മനസ്സിന്റെ കോണിൽ അകാരണമായ ഒരു ഭയം.

ഒരു കൈയിൽ നാല് പുസ്തകങ്ങൾ മുറുകെപ്പിടിച്ച്, വലിയ ബാഗ് പിടിച്ച മറുകൈയാൽ സാരി ഒതുക്കിയിട്ട്, കണ്ണൂർ റെയിൽവേ സ്റ്റേഷനിലെ പ്ലാറ്റ്ഫോമിൽ ഇറങ്ങിയ ഞാൻ പരിസരം വീക്ഷിച്ചു. കമ്പാർട്ട്മെന്റിൽ നിന്നും ഏറ്റവും ഒടുവിൽ ഇറങ്ങിയപ്പോഴേക്കും, എനിക്ക് മുൻപേ ഇറങ്ങിയവരെല്ലാം പലവഴിക്കായി പെട്ടെന്ന് ഓടുകയാണ്. വൈകിയതുകൊണ്ട് ബസ് പിടിക്കാനുള്ള തിരക്കാവണം. എനിക്കാണെങ്കിൽ റെയിൽവെ സ്റ്റേഷനിൽ നിന്ന് വെളിയിൽ കടന്ന് റോഡിലേക്കിറങ്ങി നേരെയങ്ങ് നടന്നാൽ ഏതാനും മിനുട്ടുകൾക്കുള്ളിൽ ഹോസ്റ്റലിന്റെ മുന്നിലെത്തും. സന്ധ്യമയങ്ങും നേരത്ത് രാത്രികളെ പകലാക്കുന്ന സ്ട്രീറ്റ് ലൈറ്റുകൾ വഴിനീളെ പ്രകാശിക്കുന്നുണ്ടാവും. ട്രെയിൻ വൈകിയതിനാൽ വനിതകൾ മാത്രം താമസിക്കുന്ന എന്റെ ഹോസ്റ്റലിന്റെ വാതായനങ്ങൾ തുറക്കപ്പെടും. ഇപ്പോഴാണെങ്കിൽ സ്ട്രീറ്റ്ലൈറ്റുകൾ പ്രകാശിക്കാൻ തുടങ്ങിയിട്ടില്ല, ശരിക്കും ഇരുട്ട് വരാൻ ഇനിയും സമയമെടുക്കും.

മുന്നോട്ട് നടക്കാൻ തുടങ്ങിയപ്പോൾ ഒരുകാര്യം എനിക്ക് മന

സ്സിലായത്. വണ്ടി നിർത്തിയതും ഞാൻ ഇറങ്ങിയതും ഇതുവരെ ഞാൻ കാണാത്ത ഒരു ഭാഗത്താണ്. സാധാരണ വണ്ടിയിൽ നിന്നിറങ്ങിയാൽ പ്ലാറ്റ്ഫോമിൽ നിന്നും നേരെനടന്ന് സ്റ്റേഷനിൽ കടന്ന് വെളിയിലെത്തി റോഡിലേക്ക് പോകാം. ചിലപ്പോൾ പുറത്തേക്കുള്ള വഴിയിൽ ടിക്കറ്റ് എക്സാമിനർ കാണും. ലെയിറ്റായതു കാരണമാവാം, അന്നെന്റെ വണ്ടി നിർത്തിയിരിക്കുന്നത് സ്റ്റേഷന്റെ പരിധിക്ക് പുറത്ത് മറ്റൊരു ട്രാക്കിലാണ്.

എനിക്കാകെ പേടിയാവാൻ തുടങ്ങി;

പ്ലാറ്റ്ഫോമിൽ നിന്നും പുറത്തേക്കുള്ള വഴി???

ഇരുവശത്തേക്ക് നോക്കിയപ്പോൾ ഇതുവരെ കാണാത്ത പരിസരമാണ് കാണാനായത്. ആരോടെങ്കിലും ചോദിക്കാനാണെങ്കിൽ തിരക്കിട്ട് നടക്കുന്നവർ മാത്രം. മുതിർന്നപ്പോൾ മറ്റുള്ളവരോട്, പ്രത്യേകിച്ച് പുരുഷന്മാരോട് സംസാരിക്കുന്നതിന് വിലക്ക് കല്പിച്ച അമ്മയെ മനസ്സാ ശപിച്ചു. പെൺപള്ളിക്കൂടത്തിൽ പഠിച്ച, മാതാപിതാക്കളുടെ ഏകസന്താനമായ, ആൺകുട്ടികൾ കളിക്കൂട്ടുകാരായി ഇല്ലാത്ത എനിക്ക് അന്യപുരുഷന്മാരോട് സംസാരിക്കാനുള്ള തന്റേടം ഉണ്ടായിരുന്നില്ല. വഴിയേ പോകുന്നവരെ വിളിച്ച് പുറത്തേക്കുള്ള വഴി ചോദിക്കാൻ ശ്രമിക്കുന്തോറും എന്റെ നാവ് പ്രവർത്തനരഹിതമായി!

ഞാൻ കുറച്ചുകൂടി മുന്നോട്ട് നടന്നു, അങ്ങനെ നടക്കുന്തോറും ആളുകളും കെട്ടിടങ്ങളും കുറഞ്ഞ് ഇല്ലാതാവുകയാണ്, റെയിൽവെ സ്റ്റേഷന്റെയും പ്ലാറ്റ്ഫോമിന്റെയും അറ്റമായിരിക്കണം. അല്പം അകലെയായി വലിയ മരങ്ങളും അവയുടെ നിഴലിനാൽ നിർമ്മിതമായ ഇരുട്ടും. അപ്പോൾ ഞാൻ നിൽക്കുന്നത് സ്റ്റേഷന്റെ തെക്കോ? വടക്കോ?

മനസ്സൊന്ന് പതറിയ നിമിഷം, എനിക്കാകെ ഒരു വിറയൽ.

കുട്ടിക്കാലത്ത് നമ്മുടെ ഭൂമി ഉരുണ്ടതാണെന്ന് ആദ്യമായി കേട്ടപ്പോൾ തോന്നിയതുപോലെ ഒരു ഭയം.

ഞാൻ ഇറങ്ങിയ വണ്ടി ഉച്ചത്തിൽ കൂവി, ചുറ്റും പുക പരത്തിക്കൊണ്ട്, കുരച്ചും കിതച്ചും യാത്രയായി. വിജനമായ റെയിൽപാളം അനന്തമായി മുന്നിൽ നീണ്ടിരിക്കയാണ്. എന്റെയൊപ്പം ഇറങ്ങിയവരിൽ പലരും ട്രാക്കിൽ ഇറങ്ങി റെയിൽപാളം ചവിട്ടിയിട്ട് മറുകര കയറി പ്ലാറ്റ്ഫോമിലൂടെ നടക്കുന്നത് കണ്ടെങ്കിലും എനി

ക്ക് അങ്ങനെ ചെയ്യാൻ ആ നേരത്ത് തോന്നിയില്ല.

ആ മറുകര ശരിയായ കരയാണെന്ന് എങ്ങനെ അറിയും?

അങ്ങനെ പരിസരം നിരീക്ഷിക്കേ പെട്ടെന്ന് ഞാൻ ഞെട്ടിത്തരിച്ചു.

തൊട്ടടുത്ത്, ഒരു ആൽമരത്തിന്റെ മറവിൽനിന്നും ഒരു പെണ്ണിന്റെ കരച്ചിൽ.

"അയ്യോ... പടച്ചോനേ, ഈ പണ്ടാരക്കാലൻ വണ്ടികേരിച്ചാവണേ"

മറുപടിയായി ഒരാണിന്റെ ഉച്ചത്തിലുള്ള വാക്കുകൾ; മലയാളം ജനിക്കുന്നതിനു മുൻപുള്ള ഭാഷയിലാണ്,,, ചീത്തവാക്കുകളായിരിക്കാം. അവളുടെ ആവലാതികൾ തുടരുകയാണ്,

"നായിന്റെ മോനെ, നീയൊക്കെ തൊലഞ്ഞുപോകും."

തെക്കും വടക്കും അറിയാതെ ഞാൻ എങ്ങോട്ടോ ഓടി.

ഇതെന്തൊരു ലോകം?

പെട്ടെന്ന് എന്റെ മുന്നിൽ ഒരാൾ...

"കുട്ടി എങ്ങോട്ടാ ഓടുന്നത്?"

എന്റെ ഓട്ടത്തെ തടഞ്ഞുകൊണ്ട് മുന്നിൽ വന്നത് ഒരു പുരുഷനാണ്, കാക്കി യൂനിഫോം ധരിച്ച ആ മനുഷ്യൻ ചിരിച്ചുകൊണ്ട് സൗമ്യഭാവത്തിൽ പറഞ്ഞു.

"വണ്ടി ഇറങ്ങിയതായിരിക്കും, എങ്ങോട്ടാ പോകേണ്ടത്? കോളേജിൽ പഠിക്കുന്നതാണോ?"

"അതെ. അത്"

ആ മനുഷ്യൻ റെയിൽവെ ജീവനക്കാരൻ തന്നെയാവണം. തടിച്ച ബുക്കുകളും എന്റെ സാരിവേഷവും കണ്ടതുകൊണ്ടായിരിക്കാം 'കോളേജിൽ പഠിക്കുന്നതാണോ?' എന്ന് ചോദിച്ചത്. അക്കാലത്ത് പത്താംതരം കഴിഞ്ഞ്, തുടർന്ന് പഠിക്കുന്ന പെൺകുട്ടികളധികവും സാരിയിലോ ദാവണിയിലോ ആയിരിക്കും.

എനിക്കല്പം അശ്വാസം തോന്നി. അയാൾ പറയുകയാണ്,

"കുട്ടി പേടിക്കണ്ട, എങ്ങോട്ടാ പോകേണ്ടതെന്ന് പറഞ്ഞാൽ ഞാൻ കൊണ്ടുവിടത്തില്ലിയോ."

അയാൾ റെയിൽവെ ജീവനക്കാരൻ തന്നെയാണെന്ന് എനിക്ക് ഊഹിക്കാൻ കഴിഞ്ഞു. ആരാണെന്ന് ചോദിക്കണമെന്നുണ്ടെങ്കിലും ഞാൻ പറഞ്ഞത് മറ്റൊന്നാണ്,

"എനിക്കീ സ്റ്റേഷനീന്ന് പൊറത്ത് പോകണം, റോഡിലിറങ്ങി അഞ്ച് മിനിട്ട് നടന്നാൽ ഹോസ്റ്റലിൽ എത്തും."

"കുട്ടി പുറത്തേക്കുള്ള വഴിയിൽ നിന്നും ഒത്തിരി അകലത്തിലായി, എന്റെ പിന്നാലെ വന്നോ. ഞാൻ കൊണ്ടുവിടാം."

ആ മനുഷ്യനോടൊപ്പം, അല്പം പിന്നിലായി വന്ന വഴിയേ ഞാൻ നടന്നു. വെളിച്ചം കുറയാൻ തുടങ്ങുകയാണ്, നേരത്തേ ഞാൻ ഓടിയസ്ഥലത്ത് ആൽമരത്തിന് സമീപം ആരെയും കാണാനായില്ല.

അങ്ങനെ നടക്കുമ്പോൾ പിന്നിൽനിന്നും ഒരു ട്രെയിനിന്റെ കിതപ്പ്. കറുത്ത പുകതുപ്പി കിതച്ചുകൊണ്ട് വന്ന തീവണ്ടി മുന്നോട്ടു സഞ്ചരിച്ച്, ഒടുവിലത്തെ ബോഗി ഞാൻ നിൽക്കുന്നിടത്തുനിന്നും ഏതാനും മീറ്റർ മുന്നിലെത്തിയപ്പോൾ നിന്നു. ഫ്ലാറ്റ്ഫോമിൽ നിന്നും എത്ര അകലെയാണ് നിൽക്കുന്നതെന്ന് അപ്പോഴാണ് ഞാൻ തിരിച്ചറിഞ്ഞത്. ആ ട്രെയിൻ ചൂണ്ടിയിട്ട് അയാൾ പറഞ്ഞു.

അഞ്ച് മുപ്പതിന് വരേണ്ട വണ്ടിയാ, ഇപ്പോൾ മണി ആറ് അൻപതായി.

പെട്ടെന്ന് ആ മനുഷ്യൻ റെയിൽവെട്രാക്കിൽ ഇറങ്ങിയിട്ട് എന്നോട് പറഞ്ഞു.

"ഈ വഴി എളുപ്പത്തിൽ എത്താം, അല്പംകൂടി മുന്നോട്ട് പോയാൽ വണ്ടി കിടക്കുന്നതുകൊണ്ട് ഇറങ്ങിക്കയറാൻ ഒത്തിരി പ്രയാസം വരും."

ആ മനുഷ്യൻ മറുകര എത്തിയതിനുശേഷമാണ് ഞാൻ ട്രാക്കിലേക്ക് ഇറങ്ങിയത്. മതിലുചാടിയും മരംചാടിയും ശീലമുള്ള എനിക്ക് അതൊരു പ്രയാസമായി തോന്നിയില്ല. പ്ലാറ്റ്ഫോമിൽ അങ്ങിങ്ങായി ബൾബുകൾ കത്താൻ തുടങ്ങി. ഇനി അല്പംകൂടി നടന്നാൽ റെയിൽവെസ്റ്റേഷന്റെ കവാടത്തിന് സമീപം എത്താം.

അപ്പോൾ എന്നെ നോക്കിയിട്ട് അയാൾ പറഞ്ഞു,

"കുട്ടിക്ക് സ്റ്റേഷൻ റോഡിലല്ലേ എത്തേണ്ടത്? എളുപ്പവഴിയെ പോയാൽ പെട്ടെന്ന് പുറത്ത് കടക്കാം."

അയാൾ പ്ലാറ്റ്ഫോമിലുള്ള കടകൾക്ക് പിന്നിലൂടെ മുന്നോട്ട് നടക്കാൻ തുടങ്ങി. കെട്ടിടങ്ങൾക്ക് പിന്നിലൂടെ നടത്തം തുടർന്നപ്പോൾ വീതികുറഞ്ഞ നടപ്പാതയിലെത്തി. അയാളോടൊപ്പം എത്താനായി ഞാൻ നടത്തത്തിന്റെ വേഗത കൂടി.

അല്പം അകലെനിന്ന് വാഹനങ്ങൾ പോകുന്ന ശബ്ദം കേൾക്കാം; ഒന്നും രണ്ടും പേരായി ആ വഴിയിലൂടെ നടക്കുന്നവരെല്ലാം എന്നെ നോക്കുന്നുണ്ട്. ചിലർ ആ മനുഷ്യനോട് സംസാരിക്കുന്നതും എനിക്ക് കാണാൻ കഴിഞ്ഞു. അല്പദൂരം നടന്നപ്പോൾ മുന്നിൽ നടക്കുന്ന, അയാൾ സ്പീഡ് കുറച്ച് എന്നോടൊപ്പം എത്തിയിട്ട് പറയാൻ തുടങ്ങി,

"കുട്ടി എന്റെ കൂടെ നടക്കേണ്ട, ഞാൻ നടക്കുമ്പോൾ ഇത്തിരി പിന്നിലായിട്ട് നടന്നാൽ മതി."

ഒന്നും മനസ്സിലാകാതെ ആശ്ചര്യപ്പെട്ട് നോക്കുന്ന എന്നോട് കൂടുതലൊന്നും പറയാതെ അയാൾ നടത്തത്തിന് വേഗത വർദ്ധിപ്പിച്ചു. ചുറ്റുവട്ടത്ത് ഞാൻ കാൺകെ മറ്റുള്ളവർ ഉണ്ടെങ്കിലും അവരോട് വഴി ചോദിക്കാനുള്ള തന്റേടം എന്നിൽനിന്നും ചോർന്നുപോയതിനാൽ അയാളുടെ കൂടെയെത്താനായി സ്പീഡിൽ നടന്നു. സൂര്യപ്രകാശം കുറഞ്ഞതോടെ സ്ട്രീറ്റ് ലൈറ്റുകളെല്ലാം കൺതുറന്ന് ചുറ്റും പ്രകാശം പരക്കുകയാണ്.

വീട്ടിലും വിദ്യാലയത്തിലും വി.ഐ.പി. ആയി പരിഗണിക്കപ്പെട്ട, സമപ്രായക്കാരെ ഭീഷണിപ്പെടുത്തുന്ന, വീട്ടിൽ അമ്മയുടെയും അച്ഛന്റെയും ഓമനപുത്രിയാണ്, ഇപ്പോൾ ഏതോ ഒരുത്തന്റെ പിന്നാലെ തെക്കുവടക്കായി വഴികാണാതെ നടക്കുന്നത്; എന്തൊരു പരീക്ഷണം? ഈ മനുഷ്യൻ എന്നെ എവിടേക്കായിരിക്കും നയിക്കുന്നത്? തിരികെ വന്നവഴിലൂടെ റെയിൽവെ സ്റ്റേഷനിലേക്ക് ഓടിപ്പോയാലോ? ബസ് പോകുന്ന ഏതെങ്കിലും റോഡിലെത്തിയാൽ മതിയായിരുന്നു...

നടപ്പാതയിലൂടെ ഏതൊക്കെയോ കടകൾക്ക് പിന്നിലൂടെയാണ് സഞ്ചരിക്കുന്നതെന്ന് എനിക്ക് മനസ്സിലായി. പെട്ടെന്ന് വഴിമാറിയ ഞാൻ കടകൾക്ക് ഇടയിലൂടെ മുന്നോട്ടുവന്ന് നോക്കിയപ്പോൾ മുന്നിൽ താറിട്ട വീതിയുള്ള റോഡ്. അതിലൂടെ ആദ്യം കണ്ടത്, യാത്ര അവസാനിപ്പിക്കാനായി പതുക്കെ ഉരുണ്ടുവരുന്ന കാളവണ്ടിയാണ്. രാവിലെമുതൽ നടന്ന കാളകളും, കാളകളെ അടിക്കുന്ന വണ്ടിക്കാരനും ക്ഷീണിച്ചിരിക്കുന്നു.

ആ വണ്ടിക്ക് പിന്നിലായി ഒരു ബസ്,

കണ്ണൂർ ആസ്പത്രി -തോട്ടട, ടൌൺ ബസ്സ് നമ്പർ 5.

മുന്നിലെ റോഡിൽ പ്രവേശിച്ച ഞാൻ, കാളവണ്ടി കാരണം

സ്പീഡ് കുറഞ്ഞ ബസ്സിനുനേരെ കൈനീട്ടി. എനിക്ക് വേണ്ടി നിർത്തിയ ബസ്സിൽ കയറുമ്പോൾ അതുവരെ വഴികാണിച്ചവൻ വിളിച്ച് പറയുന്നത് കേട്ടു,

"നിൽക്കൂ, എങ്ങോട്ടാ പോകുന്നത്? ബസ്സിൽ പോകണ്ടാ."

ബസ്സ് പോകുന്നത് ആശുപത്രിയിലേക്കായാലും തോട്ടട ആയാലും സ്റ്റേഷൻറോഡ് വഴി പോകുന്നതാണെന്ന് എനിക്കറിയാം. കോളേജിലേക്ക് പോകാൻ പലപ്പോഴും ഇതേ ബസ്സിൽ കയറിയിട്ടുണ്ട്. യാത്രക്കാരുടെ കൂടെ ബസ്സിലിരുന്നാൽ റെയിൽവേ സ്റ്റേഷൻ സ്റ്റോപ്പിൽ ഇറങ്ങിയിട്ട് ഹോസ്റ്റലിലേക്ക് നടന്നുപോകാം.

******

അഞ്ച് പട്ടികളും ഞാനും

ഇരുട്ടിൽ നിന്നും വെളിച്ചത്തിലേക്ക് കടക്കുന്ന പഴുതാരകളെ പോലെ പലതരം സംശയങ്ങൾ തലച്ചോറിന്റെ ഉള്ളറകളിൽനിന്നും പതുക്കെ ഇഴഞ്ഞുവരികയും പെട്ടെന്ന് അപ്രത്യക്ഷമാവുകയും ചെയ്യുകയാണ്. അവ്യക്തമാണെങ്കിലും തീക്ഷ്ണങ്ങളായ സംശയങ്ങൾ ഭീമാകാരംപൂണ്ട് വലയം ചെയ്യുമ്പോൾ അജ്ഞാതമായ ഭയം എന്നെ കീഴ്പ്പെടുത്തുന്നുണ്ട്. എല്ലാം പട്ടികളെക്കുറിച്ചു തന്നെ; എന്റേതായ അഞ്ച് പട്ടികൾ... പാലും പഴവും മുട്ടയും മീനും കൂടാതെ ജീവനുള്ളതും ഇല്ലാത്തതുമായ പലതരം മാംസങ്ങളും കൊടുത്തിട്ട് ഓമനിച്ച് വളർത്തിയ എന്റെ ശുനകന്മാർ.

പ്രിയപ്പെട്ട പട്ടികൾ, അവരെന്റെ സ്വന്തമാണ്, ഉണർവ്വിലും ഉറക്കത്തിലും എന്നോടൊപ്പം അവരുണ്ട്. എന്റെ ചിന്തകൾ ആശകൾ ഭാവങ്ങൾ ഭാവമാറ്റങ്ങൾ എല്ലാം തിരിച്ചറിഞ്ഞ് എനിക്കുവേണ്ടി ആജ്ഞാനുവർത്തികളായി അവരഞ്ചും എന്നോടൊപ്പം കളിച്ചും ചിരിച്ചും വളരുകയാണ്. അഞ്ച് പട്ടികളുടെ യജമാനത്തി ആയതോടെ മറ്റുള്ളവർക്കെല്ലാം അസൂയ ഉണ്ടെന്ന് എനിക്കറിയാം.

എന്റെ പട്ടികളെല്ലാം ഒരമ്മപെറ്റ മക്കളല്ലാത്തതിനാൽ അവർക്ക് അഞ്ച് നിറങ്ങളും അഞ്ച് സ്വരങ്ങളും അഞ്ച് ഭാവങ്ങളും ഉണ്ട്. കുട്ടിക്കാലത്ത് നായകളിൽനിന്നും അകലം പാലിച്ചിരുന്ന ഞാൻ വളർച്ചയുടെ ഏതോ ഘട്ടത്തിൽ അവരുടെ ആരാധികയായി മാറിയിരിക്കുകയാണ്. ദിവസങ്ങളുടെ കാത്തിരിപ്പിനുശേഷം അപ്രതീക്ഷിതമായി ഓരോ പട്ടിയെയും സ്വന്തമാക്കുമ്പോൾ എനിക്ക് ലഭ്യമാവുന്ന ആഹ്ലാദം അനിർവചനീയമാണ്.

ഞാൻ ഓർക്കുകയാണ്,

ഏതാനും വർഷം മുൻപ്, ഒരു ചൊവ്വാഴ്ച. നട്ടുച്ചനേരം;

ആദ്യമായൊരു പട്ടി വന്നുചേർന്ന ദിവസം. അതൊരു സംഭവമാണ്.

ജേസിബിയുടെ അതിശക്തമായ കരങ്ങളാൽ ഭൂമിയുടെ മാറി

ടം അതിനിഷ്ഠുരമായി പറിച്ചുമാറ്റപ്പെട്ട മണൽക്കാട്ടിലൂടെ അത്യുഷ്ണത്താൽ എരിഞ്ഞുകൊണ്ട് ഞാൻ നടന്നുനീങ്ങുകയാണ്. ചുറ്റും പെയ്യുന്ന വിജനതയുടെ ആകുലതകൾക്കിടയിൽ വിശപ്പും ദാഹവും ഓർക്കാൻ നേരമില്ലെങ്കിലും എന്റെ ആമാശയം ഒരുതരത്തിലുള്ള ഒത്തുതീർപ്പുകൾക്കും തയ്യാറല്ല. തീക്കട്ടകൾ പെയ്യുന്ന സൂര്യനിൽ നിന്ന് രക്ഷനേടാൻ ഒരു പുൽക്കൊടിയുടെ തണൽപോലും എങ്ങും കാണാനില്ല. എന്നിട്ടും നടത്തം തുടരുമ്പോഴാണ് ചെറിയൊരു മുരൾച്ചകേട്ടത്, തിരിഞ്ഞുനോക്കിയപ്പോൾ അവിശ്വസനീയമായ ഒരു ദൃശ്യം.

പകുതിപൊട്ടിച്ച വലിയൊരു ചെമ്മൺപാറയുടെ പിന്നിൽനിന്നും അവൻ പതുക്കെ നടന്നുവന്നു, എന്റെ സുഹൃത്തായി മാറിയ ആദ്യത്തെ നായ. മണ്ണിന്റെ നിറമാർന്നവൻ മണ്ണിൽനിന്ന് പിറവിയെടുത്തവൻ തന്നെ.

വാലാട്ടി സ്നേഹം പ്രകടിപ്പിച്ചശേഷം തലതാഴ്ത്തി ചെറിയൊരു മുരൾച്ചയോടെ അവൻ എന്റെ കണ്ണിൽ നോക്കിയപ്പോൾ അജ്ഞാതമായ ഒരു ബന്ധം ഞങ്ങൾക്കിടയിൽ രൂപംകൊണ്ടു. എന്റെ ദൈന്യത വായിച്ചറിഞ്ഞതുപോലെ ഒപ്പം അവനും നടന്നു. ഒരു നായയുടെ വരവ് ആഘോഷമാക്കി മാറ്റിയ എന്റെ മനസ്സ്, വിശപ്പും ദാഹവും മറന്നുകൊണ്ട് വളരെദൂരം നടക്കാനുള്ള ആവേശമായി വെളിയിൽ വന്നു.. ചെമ്മൺനിറമാർന്ന അവൻ അന്നും ഇന്നും എനിക്കേറ്റവും പ്രിയപ്പെട്ടവനാണ്.

കൂട്ടത്തിൽ സുന്ദരൻ അഞ്ചാമനായി വന്നുചേർന്ന പച്ചയും കറുപ്പും നിറമുള്ളവനാണ്. കാനനപാതയിലൂടെ ഓടിക്കളിച്ചപ്പോൾ വഴിയറിയാതെ അലയുന്ന ഞങ്ങൾക്കിടയിലാണ് പച്ചിലകൾക്കിടയിൽ നിന്ന് അവൻ വന്നത്. എന്നെയും ഒപ്പമുള്ള നാല് പട്ടികളെയും പിന്നിലാക്കി നടന്നുനീങ്ങിയ അവനാണ് കാടിനുവെളിയിൽ ലക്ഷ്യസ്ഥാനം കാണിച്ചുതന്നത്. ആദ്യകാലത്ത് പട്ടികളോടൊപ്പം നടക്കാൻ അല്പം മടിയുണ്ടെങ്കിലും ഇന്നെനിക്ക് അഭിമാനം തോന്നുകയാണ്. ഇങ്ങനെയൊരു അസുലഭസൗഭാഗ്യം ആർക്കെങ്കിലും കൈവന്നിട്ടുണ്ടോ? അഞ്ച് പട്ടികളുടെ സുരക്ഷിതത്വത്തിൽ അവരാൽ അകമ്പടി സേവിക്കപ്പെടുന്ന ആദ്യത്തെ പെണ്ണ് ഞാനല്ലാതെ മറ്റാരാണ്! ആരെയും ഒന്നിനേയും ഭയപ്പെടേണ്ടതില്ലല്ലോ.

പട്ടികളുടെ യജമാനത്തി ആയതോടെ വീട്ടുകാരും നാട്ടുകാരും

ആകുലപ്പെടാൻ തുടങ്ങിയെങ്കിലും അക്കാര്യം എന്നോട് സംസാരിക്കാൻ പെറ്റമ്മപോലും ധൈര്യം കാണിച്ചില്ല. ഞാനാണെങ്കിൽ വീട്ടുകാര്യവും നാട്ടുകാര്യവും മാത്രമല്ല, സ്വന്തം കാര്യംപോലും മറന്നു. മറ്റുള്ളവർ അകന്നുമാറിയെങ്കിലും പട്ടികൾ നൽകിയ സുരക്ഷിതത്വം മനസ്സിൽ ആഹ്ലാദം നിറച്ചു. നോക്കുന്നവരും സംസാരിക്കുന്നവരും പട്ടികളുടെ മുരൾച്ച കേൾക്കുമ്പോൾ ഭയപ്പെടുന്നു. ഒരു പെണ്ണിനു ഇതിൽകൂടുതൽ എന്തു സുരക്ഷയാണ് വേണ്ടത്!

വീട്ടിലെ അംഗസംഖ്യ വർദ്ധിച്ചതോടെ എനിക്ക് വിശ്രമവേളകൾ നഷ്ടമായി. പ്രഭാതവേളയിൽ ഉണർന്ന് പട്ടികളെ കുളിപ്പിച്ച ശേഷം നാടുണരുന്നതുനുമുൻപ് വ്യായാമം ചെയ്യാനായി ഇടവഴിയിലൂടെ അവരോടൊപ്പം ഓടിക്കളിക്കണം. പോഷകാംശമുള്ള ഭക്ഷണം പാകംചെയ്ത് തീറ്റിച്ച്, ഉറക്കം വരുമ്പോൾ താരാട്ടുപാടിയിട്ട് ഉറക്കണം. ശുനകശാസ്ത്രത്തിൽ അജ്ഞയായ ഞാൻ ഗൂഗിളിൽ സെർച്ച് ചെയ്തപ്പോൾ ഉത്തരങ്ങൾ കണ്ടെത്തി. പുത്തൻ മാംസാഹാരങ്ങൾ ശേഖരിച്ചശേഷം പുത്തൻ പാചകകലകൾ സ്വായത്തമാക്കി പാകം ചെയ്ത് കൊടുക്കുന്നതിൽ ആനന്ദം കണ്ടെത്തുന്നത് എന്റെ ശീലമായി മാറി. അവരെല്ലാം വേട്ടപ്പട്ടികളുടെ സ്വഭാവമായതിനാൽ ചൂടുള്ള ചോരയും പച്ചമാംസവും ഇഷ്ടപ്പെടുന്നതുകൊണ്ട് ഇരകളാവാൻ വിധിക്കപ്പെട്ട ജന്തുക്കളെ വീട്ടിൽ വളർത്താൻ തുടങ്ങി.

അഞ്ച് നിറങ്ങളിലും വ്യത്യസ്ത ഭാവങ്ങളിലും ആയതിനാൽ എല്ലാ പട്ടികളെയും എനിക്ക് തിരിച്ചറിയാം. എന്റെ മനസ്സ് വായിച്ചറിഞ്ഞ അവർ എന്തും ചെയ്യാൻ തയ്യാറുള്ള ആജ്ഞാനുവർത്തികളായി ചുറ്റും നിലകൊള്ളുകയാണ്. എന്റെ ഭാവമാറ്റം, എന്റെ നോട്ടം, എന്റെ ചിന്ത എല്ലാം എന്നെക്കാൾമുൻപെ അവർക്ക് തിരിച്ചറിയാം. എന്റെ നിരീക്ഷണവലയത്തിലാണ് പട്ടികളെങ്കിലും അവരുടെ നിരീക്ഷണ വലയത്തിലാണ് ഞാനെന്നകാര്യം പലപ്പോഴും മറന്നുപോകാറുണ്ട്. കണ്ണുതുറന്ന് ചെവി വട്ടംപിടിച്ച്, ജാഗ്രതയോടെ ഉഗ്രരൂപികളായ അഞ്ച് നായകൾ ചുറ്റിലും നിൽക്കുമ്പോൾ ലഭിക്കുന്ന സുരക്ഷിതത്വം,, അവരിൽനിന്നും അകന്നുമാറാൻ ഞാനൊട്ട് ആഗ്രഹിച്ചില്ല. അവർ കല്പിച്ച ലക്ഷ്മണരേഖ കടന്ന്, എന്നോട് അടുക്കുന്നവരെല്ലാം അപകടത്തിൽ പെടുമ്പോൾ അതെല്ലാം കണ്ടില്ലെന്ന് നടിച്ചു.

അങ്ങനെയിരിക്കെ, എന്റെ ബാല്യകാല സുഹൃത്തായ വീണ സുന്ദർരാജാണ്, 'പട്ടികൾക്കായി' ഫെയ്സ്ബുക്കിലും വാട്സപ്പിലും ഇടം നൽകാൻ പറഞ്ഞത്,,

വീണ സുന്ദർരാജ്.

എന്റെ മന:സാക്ഷി സൂക്ഷിപ്പുകാരിയായവൾ; ഒരേ ഒരു കൂട്ടുകാരി.

മൂന്നാംതരത്തിൽ പഠിക്കുമ്പോൾ സ്ക്കൂൾ വിട്ടുവരുന്ന കുട്ടികളെ കൊത്താനായി മേലേവിട്ടിലെ കല്ല്യാണിയമ്മയുടെ പുള്ളിപൂവൻ ചിറകുവിടർത്തി പറന്നുവന്ന ദിവസം, കൂട്ടുകാരെല്ലാം വേലിചാടി ഓടിമറിഞ്ഞ)പ്പോൾ ഏറ്റവും പിന്നിലായ എന്നെ കൊത്താനുള്ള അവസരമാണ് കോഴിക്ക് ലഭിച്ചത്. ആദ്യത്തെ കൊത്ത് കിട്ടിയപ്പോൾ ഉച്ചത്തിൽ അലറിക്കരഞ്ഞതുകേട്ട് പേടിച്ചരണ്ട പൂവൻ രണ്ടാം കൊത്തിന് തുനിയാതെ വന്നവഴിയെ പറന്നുമറഞ്ഞു. വലതു തുടയിൽ ചോരയൊലിപ്പിച്ച് കരയുന്ന എന്റെ അടുത്തേക്ക് ഓടിവരാൻ അവൾ മാത്രമേ ഉണ്ടായിരുന്നുള്ളു. വീണ സുന്ദർരാജ്; എന്റെ സ്വന്തം വീണ. കമ്മ്യൂണിസ്റ്റ് പച്ചയുടെ ചപ്പ്പറിച്ച് തിരുമ്മിയിട്ട് മുറിവിനുമുകളിൽ വെച്ചശേഷം, സ്വന്തം പാവാടയുടെ അറ്റം കീറിയെടുത്ത് ചുറ്റിക്കെട്ടിയ വീണയുടെ ഓർമ്മകൾ ഇപ്പോഴും മനസ്സിലുണ്ട്.

വീണ പറഞ്ഞതുപോലെ, പട്ടികൾക്കായി തുടങ്ങിയ ഫെയ്സ്ബുക്ക് ഗ്രൂപ്പിൽ ഒരാഴ്ചക്കുള്ളിൽ ഷെയർ ചെയ്തവർ ആയിരത്തിലധികമായി. അവയുടെ വാർത്തകളും ഫോട്ടോകളും കാണാൻ സ്വദേശികളും വിദേശികളുമായി അനേകം പട്ടിപ്രേമികൾ കടന്നുവന്നപ്പോൾ ലൈക്കുകളും കമന്റുകളും നിറഞ്ഞുകവിഞ്ഞു. പട്ടിരോഗവിദഗ്ദന്മാരും പട്ടിപ്രേമികളും പട്ടിഭാഷ അറിയുന്നവരും ഫെയ്സ്ബുക്ക് പേജിൽ നിത്യസന്ദർശകരായി.

അതിനിടയിൽ, ഒരു ദിവസം മുന്നറിയിപ്പുകളൊന്നുമില്ലാതെ അവൾ വന്നു. അസൂയമൂത്ത സഹപാഠികളെല്ലാം അകൽച്ചയിൽ നിന്നെങ്കിലും പലപ്പോഴായി ഓൺലൈനിൽ നേരിട്ട് സംസാരിക്കുന്ന എന്റെ സുഹൃത്ത് വീണ. നേരിൽ കണ്ടപ്പോൾ ആവേശംകൊണ്ട് ഓടിവന്ന് അവളെന്നെ ആലിംഗനം ചെയ്തതേയുള്ളു. പെട്ടെന്നത് സംഭവിച്ചു; ഒരു മുരൾച്ചയും കാലിലൊരു കടിയും. രണ്ടാമത്തെ കടിവീഴും മുൻപ് അവൾ ഓടി രക്ഷപ്പെട്ടു. ആശുപത്രിയിൽ

അഡ്മിറ്റ് ചെയ്ത വീണയെ സന്ദർശിക്കാൻ കഴിയാത്തത് മനസ്സി ലൊരു ദുഃഖമായി അവശേഷിച്ചു.

ബന്ധുക്കളെല്ലാം എന്നെ പൂർണ്ണമായി ഒഴിവാക്കിയത് ഒരുമാസം മുൻപാണ്. പട്ടികളെ കണ്ടാൽ പേടിച്ചു ഞെട്ടുന്ന എന്റെ അമ്മ, മകൾ സുരക്ഷിതയാണെന്ന ആശ്വാസവിശ്വാസത്തോടെ മകന്റെ വീട്ടിലേക്ക് താമസം മാറ്റിയിരുന്നു. ആ അമ്മയെയാണ് ദിവസങ്ങൾക്കുശേഷം ഇടവഴിയിൽവെച്ച് കണ്ടുമുട്ടിയത്. 'മോളേ' എന്ന വിളിയോടെ എന്നെ സമീപിച്ച അമ്മയുടെ ഇടതുകൈയിൽ കടിച്ചത് രണ്ട് പട്ടികൾ ഒന്നിച്ചായിരുന്നു. ഭീതിജനകമായ സംഭവത്തിനുശേഷം ബന്ധുക്കളും നാട്ടുകാരും എന്നെ നോക്കാൻ ഭയപ്പെട്ടു. പകൽവെളിച്ചത്തിൽ എന്നെ കാണുന്ന അയൽവാസികൾ പിശാചിനെ കാണുന്നതുപോലെ പെട്ടെന്ന് മുഖം മറക്കുകയും എനിക്കുനേരെ വാതിലുകൾ കൊട്ടിയടക്കുകയും ചെയ്തു.

ഫെയ്സ്ബുക്കും വാട്സപ്പും ഇ.മെയിലും നോക്കിക്കൊണ്ടിരിക്കുമ്പോഴാണ് ഞാനൊരു മഹാസത്യം കണ്ടെത്തിയത്. അഞ്ച് വേട്ടപ്പട്ടികളുടെയും മനസ്സ് ഒന്നാണ്; അവർക്ക് എല്ലാ ഭാഷകളും വായിക്കാനറിയാം. ഫെയ്സ്ബുക്ക് പേജ് തുറന്നാൽ അതിലേക്ക് കണ്ണുംനട്ടിരിക്കുന്ന അവരഞ്ചുപേരും കമന്റുകൾ ഓരോന്നായി വായിക്കും. ഇഷ്ടമില്ലാത്തത് എഴുതിയിട്ടുണ്ടെങ്കിൽ വായിച്ചനിമിഷം ഡിലീറ്റ് ചെയ്യാനുള്ള സൂചനകൾ തരുന്നത് അവരുടെ ശീലമായി മാറി. കമന്റുകൾ വായിച്ചശേഷം അന്യോന്യം ആശയവിനിമയം നടത്തുന്നത് തിരിച്ചറിഞ്ഞപ്പോൾ പലവിധ സംശയങ്ങൾ ഉണർന്നു. അതിനിടയിൽ ആരെങ്കിലും ഫോൺ ചെയ്താൽ ചുറ്റും കൂടിയിട്ട് അവരെന്റെ മറുപടി ശ്രദ്ധിക്കും.

പരിചയക്കാരും ബന്ധുക്കളും എന്നിൽനിന്ന് അകന്നെങ്കിലും മനസ്സിൽ കുളിര് പെയ്തത് അവൻ മാത്രമായിരുന്നു. 'ആദർശ്'. ഒന്നിച്ച് കളിവീടുവെച്ച് കളിച്ച എന്റെ അയൽവാസിയായ ആദി. കുട്ടിപ്രായം വിട്ടപ്പോൾ കാമുകനായി മാറി. അകലെയാണെങ്കിലും ആദിയോട് സംസാരിച്ചതിനു ശേഷമാണ് എന്നും ഉറങ്ങാൻ കിടക്കുന്നത്. എന്റെ പട്ടികൾക്കും അവൻ പ്രിയപ്പെട്ടവനാണ്. ഫോൺ വിളിക്കുന്നത് ആദർശ് ആണെങ്കിൽ അവരെല്ലാം അടുത്തുവന്ന് പ്രത്യേകശബ്ദം പുറപ്പെടുവിക്കും. ആദിയോട് സംസാരിക്കാൻ എന്നെക്കാൾ തിരക്ക് പട്ടികൾക്കാണെന്ന് അവരുടെ നോട്ടത്തിൽ നി

ന്നും എനിക്കുതോന്നി.

രണ്ട് വർഷത്തെ വിദേശവാസത്തിനുശേഷം ആദർശ് വരുന്ന ദിവസം. എന്റെ മനസ്സിലെ മയിൽപീലി വിടർന്നപ്പോൾ പട്ടികളും എന്നോടൊപ്പം ഓടിനടക്കുന്നത് കണ്ടു. അവരുടെ ഭാഷയിൽ ഇടയ്ക്കിടെ ആശയവിനിമയം നടത്തിയത് ആദർശിന് ഗംഭീരസ്വീകരണം നൽകാനല്ലാതെ എന്തിനായിരിക്കണം?

ഒടുവിൽ സന്ധ്യാകാശം സിന്ദൂരമണിയുന്ന നേരത്ത് അവൻ വന്നു.

എന്റെ പ്രിയപ്പെട്ട ആദർശ്, ഞാൻ കാത്തിരിക്കുന്ന എന്റെ ആദർശ്.

കാറിൽ നിന്നിറങ്ങി വരുന്ന എന്റെ കാമുകനെ സ്വീകരിക്കാൻ ഞാൻ ഓടിയപ്പോൾ എന്നെക്കാൾ മുന്നിൽ അഞ്ചുപേരും ഓടി;

പെട്ടെന്ന്,

ആദർശിന്റെ കാലിൽ കടിച്ചത് അവസാനമായി വന്നുചേർന്ന പച്ചയും കറുപ്പും നിറമുള്ളവനാണ്. രണ്ടാമത്തെ കടി വീഴുന്നതിനുമുൻപ് രക്ഷപ്പെടാനായി ഓടിയവന്റെ പിന്നാലെ പട്ടികളെല്ലാം കുരച്ചുചാടിയപ്പോൾ ഓടുന്ന വാഹനത്തിൽ തട്ടിയിട്ട് എന്റെ ആദർശ് അവസാനശ്വാസം വലിച്ചു. എന്റെ മടിയിൽ തലവെച്ചുകൊണ്ട് പ്രിയപ്പെട്ടവൻ മരിക്കുമ്പോൾ ആ കണ്ണിലുണ്ടായ ഭയം ഹൃദയത്തിൽ പതിഞ്ഞു. മനസ്സിലൊരു തീപ്പൊരി വിതറിയിട്ട് അവൻ യാത്രപറഞ്ഞപ്പോൾ എന്നോടൊപ്പം കണ്ണീരൊഴുക്കാൻ പട്ടികൾ അഞ്ചുപേരും മത്സരിച്ചു.

അഞ്ച് പട്ടികളുടെ ഉടമസ്ഥയാണെങ്കിലും അവരഞ്ചുപേരും എന്റെ യജമാനന്മാരായി മാറുകയാണെന്ന് സാവധാനം ഞാൻ തിരിച്ചറിയുകയാണ്. ഇരിക്കേണ്ടിടത്ത് ഇരിക്കേണ്ടവർ ഇരുന്നില്ലേൽ അവിടെ പട്ടി കയറിയിരിക്കുമെന്ന്, അമ്മ പറഞ്ഞകാര്യം ഞാനോർത്തു. ഇവിടെയുള്ളത് പട്ടികളല്ല, അസ്സൽ വേട്ടപ്പട്ടികളാണ്. അതാവട്ടെ ഒന്നും രണ്ടുമല്ല, അഞ്ചെണ്ണം. രക്തം കൊതിക്കുന്ന കൂർത്ത കോമ്പല്ലുകൾ വെളിയിൽകാട്ടി മുരൾച്ചയോടെ എന്നെനോക്കി നാവ് നീട്ടുമ്പോൾ അവരുടെ ഉള്ളിലുള്ള ആർത്തി കണ്ടില്ലെന്ന് നടിക്കുന്നത് എനിക്ക് ശീലമായി. ഉള്ളിൽ നിന്നുയരുന്ന ഭയം, അവരെക്കുറിച്ച് നല്ല കാര്യങ്ങൾ മാത്രം ഫെയ്സ്ബുക്കിൽ എഴുതാൻ പ്രേരണ ഉണ്ടാവുന്നു. ഒന്നിച്ച് ഒറ്റക്കെട്ടായി ഒരേ മനസ്സുമായി നീങ്ങു

ന്ന വേട്ടപ്പട്ടികളെ ഇനിയൊരിക്കലും ഒഴിവാക്കാനാവില്ല, എന്ന മഹാസത്യം വൈകിയ വേളയിൽ ഞാൻ തിരിച്ചറിയുകയണ്.

മനസ്സ് വായിച്ചറിഞ്ഞ് എന്റെ ആജ്ഞകൾ അനുസരിക്കുന്നവരാണ് പട്ടികളെങ്കിലും ഇപ്പോൾ അവരെ അനുസരിച്ച് അവരുടെ അടിമയായി ഞാൻ മാറുകയാണോ? ചുടുചോരയുടെ മണമറിഞ്ഞ വേട്ടപ്പട്ടികൾ, പുത്തൻ ഇരകൾക്ക് വേണ്ടിയുള്ള ദാഹം പ്രകടമാക്കുമ്പോൾ എന്റെ ചിന്തകൾ അവരെ തൃപ്തിപ്പെടുത്താനുള്ള മാർഗ്ഗങ്ങളെക്കുറിച്ച് മാത്രമായി മാറുന്നു. ഏതാനും ദിവസങ്ങളായി അവർ ആഹാരം കഴിക്കുന്നില്ല എന്നകാര്യം മനസ്സിലാക്കിയപ്പോൾ ഞാൻ ശരിക്കും ഞെട്ടി,,,

അവരുടെ നിരാഹാരം എന്തിനുള്ള തയ്യാറെടുപ്പാണ്?

നല്ലൊരു സദ്യ കഴിക്കാനുള്ള മുന്നൊരുക്കം ആണോ?

ചുറ്റും സംരക്ഷണവലയം സൃഷ്ടിച്ച് ഉറങ്ങാതെ എനിക്ക് കാവലാളായ വേട്ടപട്ടികൾ അജ്ഞാതഭാഷയിൽ ആശയവിനിമയം നടത്തുന്നത് എന്തായിരിക്കും?

ഇരയെ നോക്കിയിട്ട് ഓരോ ഭാഗവും പങ്കുവെക്കുന്ന കാര്യം തീരുമാനിക്കുകയാണോ?

ആസക്തിയായി രൂപാന്തരപ്പെട്ട അവരുടെ നോട്ടം നിഷ്ഠൂരമായ പത്ത് കണ്ണുകളിലൂടെ ഉയർന്ന് പതുക്കെ എന്റെ കണ്ണുകളിൽ നിന്നും കഴുത്തിലൂടെ താഴോട്ട് ഉടലിലേക്ക് ഇറങ്ങുകയാണെന്ന് ഒരു ഞെട്ടലോടെ ഞാൻ തിരിച്ചറിഞ്ഞു. മാറിടത്തിൽ അരക്കെട്ടിൽ പിന്നെ...

ശരിക്കും വേട്ടപ്പട്ടികളായി മാറിയിരിക്കുന്ന അവരുടെ നോട്ടവും ഭാവവും മാറുകയാണ്...

പെണ്ണിറച്ചിയുടെ രുചിയറിയാനായി കൊതിമൂത്ത നോട്ടം ദേഹമാസകലം ഇഴഞ്ഞുനീങ്ങുമ്പോൾ അതിഭീകരമായ അന്ത്യത്തെ ഓർത്ത് എന്റെ മനസ്സിലാകെ മരവിപ്പ് പടർന്നുകയറുയാണ്.

******

റോബോട്ടിന്റെ പിറന്നാൾ

സ്വന്തം പിറന്നാൾ ദിവസം അപ്രതീക്ഷിതമായി ഒരു വിലപ്പെട്ട സമ്മാനം ഏറ്റവും പ്രിയപ്പെട്ടവരിൽ നിന്നും ലഭിക്കുക എന്നത് ഒരു ഭാഗ്യം തന്നെയാണ്. എന്നാൽ നളിനിയുടെ ജീവിതത്തിൽ അങ്ങനെയൊന്ന് സംഭിവിക്കാറില്ല. ഭാര്യയായി, അമ്മയായി ജീവിക്കുന്ന നളിനിക്ക് ഒരു പിറന്നാളുണ്ടെന്ന് അവളുടെ ഭർത്താവോ മകനോ മകളോ ഒരിക്കലും ഓർക്കാറില്ല. ജന്മദിനം ഒരു സ്വപ്നത്തിലെ ഓർമ്മയായി സൂക്ഷിക്കുന്നവൾ അത് മുൻകൂട്ടി അവരെ അറിയിച്ച കാലം ഉണ്ടായിരുന്നു. മക്കൾ വലുതായതോടെ ആ പതിവ് മാറി. തന്റെ ജീവിതംപോലെ, മഴക്കാർ മൂടിയ ആകാശത്തിനു സമാനമായി; ശോകമൂകമായി ആ ദിനവും കടന്നുപോകാൻ തുടങ്ങി.

കുട്ടിക്കാലത്ത് അവൾക്കും ഒരു പിറന്നാൾ ഉണ്ടായിരുന്നു. മാതാപിതാക്കളുടെ ആദ്യത്തെ കൺമണിയായ അവൾ പിറന്നാൾ ദിവസം രാവിലെ കുളിച്ചൊരുങ്ങി പുത്തനുടുപ്പണിഞ്ഞ് അമ്പലത്തിൽ പോയി തിരികെ വരുമ്പോഴേക്കും അമ്മ പാൽപായസം വിളമ്പി വെച്ചിട്ടുണ്ടാവും. പിന്നെ ഉച്ചനേരത്തെ സദ്യ കഴിഞ്ഞ് അച്ഛനും അമ്മയും അവളും ഒന്നിച്ച് ടൗണിൽ ചുറ്റിക്കറങ്ങി രാത്രി ഏതെങ്കിലും തീയറ്ററിൽ കയറി സിനിമ കാണും. കല്ല്യാണത്തോടെ നളിനിക്ക് പിറന്നാളുകൾ നഷ്ടസ്വപ്നങ്ങൾ മാത്രമായി മാറി.

ബിസിനസ് കാരനായ ഭർത്താവ്, ജീവിതം ലാഭനഷ്ടക്കണക്കുകളിൽ എഴുതിച്ചേർക്കാൻ തുടങ്ങിയതോടെ അവളുടെ ജീവിതം പ്രമേഹരോഗം ഇല്ലെങ്കിലും അവരെപ്പോലെ മധുരമില്ലാത്തത് ആയിമാറി. പണക്കാരനായ അയാൾക്ക് വീട്ടിലെ അടുക്കളയിൽ ജോലി ചെയ്യാൻ ധാരാളം യന്ത്രങ്ങൾ ഉണ്ട്. ആ യന്ത്രങ്ങളെ നിയന്ത്രിക്കാനും പ്രവർത്തിപ്പിക്കാനും ഒരു റോബോട്ട് വേണം. അതാണ് ഭാര്യ. അങ്ങനെയുള്ള റോബോട്ടിന് എന്ത് പിറന്നാൾ ആഘോഷം!

ദാമ്പത്യവല്ലിയിൽ വിരിഞ്ഞ മകനും മകളും വലുതായപ്പോൾ

അവരുടെ വളർച്ചയിൽ അഭിമാനിക്കുന്ന നളിനി സ്വപ്നങ്ങൾ പലതും നെയ്തു. എന്നാൽ അവർക്കും ആവശ്യം വിവരമില്ലാത്ത ഒരു വേലക്കാരിയെ ആയിരുന്നു. വേലക്കാരിക്ക് വിവരം വെച്ചാൽ അവൾ വേലക്കാരിയല്ലാതാവുമല്ലോ. ഏത് സമയത്തും ഭക്ഷണം തയ്യാറാക്കുന്ന, വസ്ത്രം അലക്കി ഇസ്ത്രിവെക്കുന്ന, വീട് വൃത്തിയാക്കുന്ന, 'അല്പജ്ഞാനിയായ' ഒരു വേലക്കാരി ആയി അമ്മയെ രൂപാന്തരപ്പെടുത്താൻ മക്കൾക്ക് കൂടുതൽ പ്രയാസപ്പെടേണ്ടി വന്നില്ല.

അവളുടെ പിറന്നാൾ മക്കളോ ഭർത്താവോ ഓർക്കറില്ലെങ്കിലും, മക്കളുടെയും ഭർത്താവിന്റെയും പിറന്നാൾ ഓർത്തുവെച്ച് സദ്യ ഒരുക്കാൻ നളിനി മറക്കാറില്ല. ആദ്യമൊക്കെ അക്കൂട്ടത്തിൽ സ്വന്തം പിറന്നാൾ കൂടി ഓർമ്മപ്പെടുത്തിയിട്ട് പതിവ് ആഘോഷങ്ങൾ ഉണ്ടായിരുന്നു. അതിൽ ഭർത്താവിന് വലിയ താല്പര്യമില്ലെന്ന് മനസ്സിലായപ്പോൾ സ്വന്തം പിറന്നാൾ ദിനം കുടുംബാഗംങ്ങളെ അറിയിച്ച് ആഘോഷം പിടിച്ചുവാങ്ങുന്ന രീതി നിർത്തലാക്കി. സ്നേഹം അല്പമെങ്കിലും ഉണ്ടെങ്കിൽ അത് അറിയുമല്ലോ. വർഷങ്ങൾ കഴിഞ്ഞപ്പോൾ അതൊരു സാധാരണ ദിനമായി കടന്നുപോകാൻ തുടങ്ങി.

അവരുടെ ജീവിതത്തിൽ കാറ്റും മഴയും ഇടിയും മിന്നലും ഇടയ്ക്കിടെ ആവർത്തിച്ചു. ഭാര്യയും ഭർത്താവും തമ്മിലുള്ള സംഭാഷണം വഴക്കിലും ചിലപ്പൊൾ അടിയിലും അവസാനിക്കാൻ തുടങ്ങി. കുടുംബം തകരാതിരിക്കാൻ എല്ലാ കുറ്റങ്ങളും ഏറ്റെടുത്ത് നളിനി മൗനം ഭാര്യക്ക് ഭൂഷണമായി കരുതി.

മക്കളെല്ലാം സ്വന്തം കാലിൽ നിൽക്കാൻ പ്രാപ്തരായപ്പോൾ അവരുടെ വിവാഹമാണ് കുടുംബത്തിന്റെ മുഖ്യവിഷയം. അങ്ങനെയുള്ള ഒരു നാളിൽ നളിനി തന്റെ പിറന്നാളിനെ കുടുംബസദസ്സിൽ അറിയിച്ചു.

"ഈ മാസം പതിമൂന്നാം തീയതി എന്റെ പിറന്നാളാണ്."

"പതിമൂന്നിനോ? മുൻപ് നീ ഇരുപത്തിമൂന്ന് എന്നല്ലേ പറഞ്ഞത്."

ഭർത്താവ് പ്രതികരിച്ചു.

"ഈ അമ്മയെന്തിനാ തേർട്ടീൻ എന്ന മോശം ഡേയിൽ ജനിച്ചത്. ഇന്നത്തെപോലെ സിസേറിയൻ ചെയ്ത് നല്ല ദിവസം ജനി

ക്കുന്ന ഏർപ്പടൊന്നും അക്കാലത്ത് ഇല്ലേ?"

മകൻ പരിഹസിക്കുന്നത് മനസ്സിലാകാത്ത ഭാവത്തിൽ നിന്നു.

"ഈ പിറന്നാൾ നമുക്കൊന്ന് ഗംഭീരമായി ആഘോഷിക്കണം. അന്ന് സൺഡേയാ."

മകൾ.

"പിന്നേയ്, തലേദിവസം എന്നെ ഓർമ്മപ്പെടുത്തണം. ഞാൻ വല്ലാത്ത മറവിക്കാരനാ'

ഭർത്താവ് പറഞ്ഞു.

പിറന്നാളിന്റെ തലേദിവസം ഉറക്കം തഴുകാൻ തുടങ്ങിയനേരത്ത് ഭർത്താവിനോട് പറഞ്ഞു,

"നാളെയാണ് എന്റെ ജന്മദിനം."

"ഓ അതെന്താ എനിക്ക് ഓർമ്മയില്ലേ. നാളെ രാവിലെ കടയിൽപോയി സദ്യക്കു വേണ്ട സാധനങ്ങളും പിറന്നാൾ കേക്കും വാങ്ങിവരാം. വാങ്ങി വരാം. നമുക്കൊന്ന് ആഘോഷിക്കണം."

ഭർത്താവ് പറഞ്ഞതു കേട്ടപ്പോൾ നഷ്ടപ്പെട്ടതെല്ലാം തിരിച്ചുകിട്ടിയതായി അവൾക്ക് തോന്നി.

രാവിലെ ചായ ഒഴിച്ചുകൊണ്ടിരിക്കുമ്പോഴാണ് ടെലിഫോൺ മണിയടിച്ചത്.

"ആ ഫോണെടുത്ത് ആരായാലും ഞാനിവിടെയില്ല എന്ന് പറ. ഇന്നൊരു ഞായറാഴ്ച പുറത്തെവിടെയും പോകാൻ വയ്യ."

പത്രം വായിച്ചു കൊണ്ടിരിക്കുന്ന ഭർത്താവ് വിളിച്ച് പറഞ്ഞു.

ഫോണെടുക്കുമ്പോൾ ഓർത്തു, "തലേ ദിവസം രാത്രി പറഞ്ഞ പിറന്നാൾകാര്യം മറന്നോ? ഇനി ഫോണിൽ എത്ര കള്ളങ്ങൾ തനിക്ക് പറയേണ്ടി വരും."

"ആരാ ഫോൺ വിളിച്ചത്?"

പത്രത്തിൽനിന്നും മുഖം ഉയർത്താതെ അദ്ദേഹം ചോദിച്ചു.

"അത് എന്റെ ഏട്ടനാണ്. മകന് ഗൾഫിൽ പോകാൻ വിസ ശരിയായിട്ടുണ്ട് എന്ന് പറയാനാണ്."

"അതെന്താ അവനത് എന്നോട് പറയാഞ്ഞത്? ആ കള്ളന്റെ മോൻ ഗൾഫിൽ പോകുന്ന കാര്യം പെങ്ങൾ മാത്രം അറിഞ്ഞാൽ മതി എന്നായിരിക്കും."

ഭർത്താവിന്റെ അപ്രതീക്ഷിതമായ മറുപടിയിൽ നളിനി പകച്ചു നിന്നു.

"അതിന് വിളിച്ചത് വിസ ശരിയായ കാര്യം പറയാനാണ്; അ

ല്ലാതെ ഗൾഫിൽ പോകുന്നത് പറയാനല്ല. പിന്നെ നിങ്ങൾക്ക് ഫോൺ എടുത്തുകൂടായിരുന്നോ?"

അവൾ കാര്യം പറഞ്ഞു.

"ഫോണിൽ അളിയനാണെന്നറിഞ്ഞാൽ എനിക്ക് തന്നുകൂടേ, അവനെന്താ എന്നെ വിളിച്ചാൽ; ഓ നിന്റെ വീട്ടുകാരൊക്കെ അഹങ്കാരികളല്ലേ."

ഭർത്താവിന്റെ ദേഷ്യം അവൾക്ക് പുത്തിരിയല്ല. എന്ത് സംസാരിച്ചാലും അതിൽ നെഗറ്റീവ് കണ്ടെത്തുന്നത് ഇപ്പോൾ പതിവാണ്.

"അതിന് നിങ്ങളിവിടെയില്ലെന്ന് ഞാൻ ആദ്യമേ പറഞ്ഞില്ലേ; പിന്നെ എങ്ങനെയാ ഫോൺ തരുന്നത്?"

കരച്ചിൽ ഉള്ളിലൊതുക്കിയിട്ട് കാര്യം പറഞ്ഞു.

"രാവിലെതന്നെ തർക്കുത്തരം പറയുന്നോ? നിന്റെ അമ്മയുടെ സ്വഭാവം ഇവിടെ വേണ്ട. ആ തെമ്മാടികൾക്ക് ഏത് സമയത്തോ ഉണ്ടായ നിന്നെയല്ലേ എന്റെ തലയിൽ കെട്ടിവെച്ചത്. എങ്ങിനെ നന്നാവാനാണ്; എന്റെ കഷ്ടകാലം."

ഭർത്താവ് കുടുംബപുരാണം അവതരിപ്പിക്കുകയാണ്.

"നമ്മളെക്കാൾ ഇഷ്ടം മാമനോടാണ്. അവരെ കുറ്റംപറയുമ്പോൾ അമ്മക്ക് ദേഷ്യം വരും."

മകളുടെ വകയാണ്. കല്ല്യാണപ്രായമായ അവൾ അനുഭവങ്ങൾ ഇനിയെത്ര വരാനുണ്ടെന്ന് ഓർത്തുകാണില്ല.

"ഇതിനൊക്കെ എന്റെ അച്ഛനെയും അമ്മയെയും എന്തിനാ പറയുന്നത്?"

അത്രമാത്രം. ഒരു മകൾ ചോദിക്കേണ്ടത് തന്നെ ചോദിച്ചു.

"അടിച്ചു ഞാൻ ശരിയാക്കും. ഭർത്താവിനോടും മക്കളോടും സ്നേഹമില്ലാത്ത ഒരു കഴുത. എന്റെ ഗതികേടിനാണ് ആ ജന്തുക്കൾക്ക് ഇങ്ങനെയൊരു മകൾ ഉണ്ടായത്. അതുകൊണ്ടല്ലേ എനിക്ക് ഇങ്ങനെയൊന്നിനെ കല്ല്യാണം കഴിക്കേണ്ടി വന്നത്."

എന്നിട്ടും നളിനി കരഞ്ഞില്ല. ഇന്ന് അവളുടെ ജന്മദിനമാണല്ലൊ; ജന്മം നൽകിയ അച്ഛനെയും അമ്മയെയും കുറിച്ച് ഇത്രയൊക്കെ കേട്ടുനിൽക്കേണ്ട അവൾക്ക് ഇനിയെന്തിന് വേറൊരു ജന്മദിനാഘോഷം.

******

കളഞ്ഞുപോയത്

മാസങ്ങൾക്കുശേഷം മനഃസമാധാനത്തോടെ ജീവിക്കാൻ കൊതിച്ചിരുന്ന വേണുഗോപാലന്റെ പ്രതീക്ഷകളെല്ലാം തെറ്റി. തലയിൽ കയറിയിരുന്ന വലിയൊരു ഭാരം ഇന്നലെ വൈകുന്നേരമായപ്പോൾ ഒഴിഞ്ഞതിന്റെ ആശ്വാസചിന്തകളിൽ മുഴുകിയിട്ട് പത്രം വായിക്കുമ്പോഴാണ് അടുക്കളയിൽനിന്നും സുലോചന ഓടിവന്ന് പരിഭ്രമത്തോടെ പറഞ്ഞത്,

"ഗോപേട്ടാ നമ്മുടെ ജോബിനെ കാണാനില്ല."

"ജോബിനോ? വീട്ടിനകത്ത് എവിടെയെങ്കിലും കാണും, നീയൊന്ന് ഉച്ചത്തിൽ വിളിച്ചുനോക്ക്."

"അകത്തും പുറത്തുമൊക്കെ നോക്കി. ലൗലി മോളാണെങ്കിൽ ചായപോലും കുടിക്കാതെ അവനെ അന്വേഷിക്കയാണ്."

"മോളോട് ചായ കുടിക്കാൻ പറ. ആ സമയത്ത് അവനെന്നും ഓടിവരുമല്ലോ."

"എനിക്കാകെയൊരു പേടി. ആരെങ്കിലും തട്ടിക്കൊണ്ടു പോയിരിക്കുമോ?"

"നിന്റെ കരിനാക്കുകൊണ്ടൊന്നും പറയല്ലേ. പോയി ചായ എടുത്തുവെക്ക്. ഭക്ഷണം കഴിച്ചിട്ട് അന്വേഷിക്കാം. ഇന്ന് ഞായറാഴ്ച എവിടെയും പോകേണ്ടല്ലോ."

"ചായ ഉണ്ടാക്കാൻ തുടങ്ങിയപ്പോഴാണ് ജോബിനെ കാണാനില്ലെന്ന് മോള് പറഞ്ഞത്. അതോടെ അടുക്കളപ്പണിയൊക്കെ നിർത്തിയിട്ട് ഞാനവനെ അന്വേഷിച്ച് നടക്കുകയാണ്."

തുറന്നുവെച്ച വാരാന്തപതിപ്പ് അതേപടി വെച്ചിട്ട്, ഭാര്യയോടൊപ്പം വേണുഗോപാലനും അകത്തേക്ക് നടന്നു. എന്നാലും എത്രമാത്രം സ്നേഹിച്ചവനെയാണ് പെട്ടെന്ന് കാണാതാവുന്നത്. അടുത്തനിമിഷം അയാൾ ആശ്വസിച്ചു, ഇവിടെത്തന്നെ അവനുണ്ടാവും, ആരുടെയെങ്കിലും കൂടെ പോകാൻ അവനാവില്ല. ഒളിച്ചു കളിക്കുന്നുണ്ടാവും...

അകത്തുകടന്നപ്പോൾ കണ്ടത് കരഞ്ഞുകൊണ്ടിരിക്കുന്ന മകളെയാണ്.

“പപ്പാ എന്റെ ജോബിൻ.”

വാക്കുകൾ പൂർത്തിയാക്കാനാവാതെ കണ്ണീരൊഴുക്കുന്ന മകളെ ആശ്വസിപ്പിക്കുമ്പോൾ അദ്ദേഹത്തിന്റെ സങ്കടം ഇരട്ടിച്ചു.

“എന്റെമോള് കരഞ്ഞാൽ പപ്പക്ക് സങ്കടംവരും. അവനെങ്ങും പോയിട്ടില്ല, നമുക്ക് കണ്ടുപിടിക്കാം.”

“ഇന്നലെ പതിവിലും നേരത്തെ ഉറങ്ങിയ ജോബിൻ സോഫയിൽനിന്നും എഴുന്നേറ്റ് റൂമിലൊക്കെ ചുറ്റിത്തിരിയുന്നത് അർദ്ധരാത്രി ഉറക്കം ഞെട്ടിയനേരത്ത് ഞാൻ കണ്ടതാണ്.”

“ഗോപേട്ടാ ഞാനൊരുകാര്യം ശ്രദ്ധിച്ചതാണ്. ഇന്നലെ രാത്രിമുതൽ ഭക്ഷണമൊന്നും അവൻ കഴിച്ചിട്ടില്ല, കൊടുത്ത ബിസ്ക്കറ്റ് അതേപടി പാത്രത്തിലുണ്ട്.”

ഭാര്യ പറഞ്ഞതു കേട്ടപ്പോൾ വേണുഗോപാലൻ ആകെ പരിഭ്രമിച്ചു.

“സുലൂ നീയെന്താ എന്നോട് അക്കാര്യം നേരത്തെ പറയാഞ്ഞത്? ചിലപ്പോൾ അവന് വയറുവേദന ആയിരിക്കും. പക്ഷെ വിരമരുന്ന് ഒരാഴ്ചമുൻപ് കൊടുത്തതാണല്ലോ.”

സംസാരിച്ചു കൊണ്ടിരിക്കെ എല്ലാവരും ചേർന്ന് വീടിന്റെ അകത്തും പുറത്തുമായി അന്വേഷണം നടത്തി. സ്വീകരണമുറിയിൽ, ബെഡ്റൂമുകളിൽ, അടുക്കളയിൽ, വരാന്തയിൽ, മുറ്റത്ത്. അതിനപ്പുറം ഗെയിറ്റും റോഡും ആണല്ലോ; ജീവനിൽ കൊതിയുള്ള ഒരൊറ്റ വളർത്തുനായയും ഗെയ്റ്റുകടന്ന് റോഡിലേക്കിറങ്ങില്ല. കാലം അതാണല്ലോ. തെരുവുപട്ടി എന്ന പേരിൽ എല്ലാറ്റിനെയും തല്ലിക്കൊല്ലുന്ന കാലം.

തെരച്ചിലിന്റെ ഒടുവിൽ വേണുഗോപാലൻ ഭാര്യയോടും മകളോടും പറഞ്ഞു,

“അന്വേഷിച്ചിട്ട് ഫലമുണ്ടെന്ന് തോന്നുന്നില്ല. നമുക്ക് പോലീസിൽ പരാതികൊടുക്കാം.”

“ഗോപേട്ടാ പത്രത്തിലും കൊടുക്കണം.”

“പപ്പ ഞാനും വരുന്നു, ചിലപ്പോൾ വഴിയിലെങ്ങാനും ജോബിനെ കണ്ടാലോ. എന്നെ കാണുമ്പോൾ ഓടിവരും.”

“പിന്നെ ഞാനൊറ്റക്ക് ഇവിടെയെന്തിനാണ് നിൽക്കുന്നത്. എ

നിക്കാണെങ്കിൽ അവന്റെ ശബ്ദം കേൾക്കാതെ അടുക്കള ജോലിയൊന്നും ചെയ്യാനാവില്ല."

"അപ്പോൾ ചായ."

"ചായ കുടിക്കുന്നതൊക്കെ ജോബിൻ വന്നിട്ടുമതി. അവനെ കണ്ടുപിടിച്ചിട്ട് വരുമ്പോൾ ഹോട്ടലിൽ കയറിയിട്ട് ഇഷ്ടമുള്ള ഭക്ഷണം കഴിക്കാം."

ഭാര്യ പറഞ്ഞത് ശരിയാണെന്ന് വേണുഗോപാലന് തോന്നി.

പോലീസ് സ്റ്റേഷനിൽ പരാതി കൊടുത്തപ്പോൾ അതുവരെയുള്ള പ്രതീക്ഷകൾക്ക് മങ്ങലേറ്റു. പട്ടികളെ മാത്രമല്ല മനുഷ്യരെയും തല്ലിക്കൊല്ലുന്ന കാലത്ത് വെറുമൊരു പട്ടിയെ കാണാതാവുന്നത് അവർക്കൊരു വിഷയമേ അല്ല. ജോബിന്റെ ഫുൾസൈസ് ഫോട്ടോ കൊടുത്തപ്പോൾ അതൊന്ന് നോക്കാൻപോലും കൂട്ടാക്കാത്ത എസ്.ഐ. പറഞ്ഞതു കേട്ടപ്പോൾ സങ്കടം ഇരട്ടിച്ചു,

"മിസ്റ്റർ വേണുഗോപാൽ, എല്ലാ ഡോഗ്സിനെയും കാണാൻ ഒരുപോലെയാണ്. ഒരു പരാതി എഴുതിത്തന്നാൽ ഞങ്ങൾ അന്വേഷിക്കാം. നിങ്ങൾക്ക് ആരെയെങ്കിലും സംശയമുണ്ടോ? ഐ മീൻ. അയൽക്കാരെ."

"അയൽക്കാരെ കുറിച്ച് ഞങ്ങൾക്കൊന്നും അറിയില്ല സർ. വീട്, ഓഫീസ് അത്രമാത്രമേ എനിക്കറിയൂ. ഭാര്യക്കാണെങ്കിൽ അയൽപക്കത്തുള്ളവരുടെ പേരുപോലും അറിയില്ല."

"അതുതന്നെയാ ഇക്കാലത്തെ പ്രശ്നം,, അയൽപക്കത്തു താമസിക്കുന്നവരെ അറിയില്ല. എല്ലാവർക്കും വീട്, ഭാര്യ, കുട്ടി, പട്ടി,,, അത്രയേ അറിയൂ."

"സാർ, എങ്ങനെയെങ്കിലും സഹായിക്കണം. എന്റെ മോള് ഭക്ഷണം കഴിക്കണമെങ്കിൽ തൊട്ടടുത്ത ചെയറിൽ ജോബിൻ ഉണ്ടായിരിക്കണം, അത് അവളുടെ ശീലമാണ് സർ."

"കെട്ടിക്കാൻ പ്രായമായ കൊച്ചിന് കൂട്ട് പട്ടിയോ?"

"അങ്ങനെയൊന്നും പറയരുത് സർ. കാണാൻ ഭംഗിയുള്ള അവനെ വലിയ വിലകൊടുത്ത് വാങ്ങിയതാണ്. വീട്ടിലെ ഒരു അംഗമാണ്, സർ."

"അങ്ങനെയാണെങ്കിൽ ആധാർകാർഡ് പട്ടിക്കും വേണമല്ലോ? ഏതായാലും പത്രത്തിലൊരു പരസ്യം കൊടുക്ക്."

"എല്ലാ പത്രത്തിലും പരസ്യം കൊടുക്കുന്നുണ്ട് സർ."

പട്ടണത്തിലെ പത്രം ഓഫീസുകൾ ഓരോന്നിലും പോയി ഫോട്ടോസഹിതം പരസ്യം കൊടുത്തപ്പോഴാണ് ആശ്വാസമായത്. നാളെതന്നെ പരസ്യം അച്ചടിച്ചു വന്നാൽ ജോബിനെ ആരെങ്കിലും കണ്ടുപിടിച്ച് വീട്ടിലെത്തിക്കും. ആശ്വാസത്തോടെ ഹോട്ടലിൽ കയറി ഭക്ഷണം കഴിക്കുമ്പോൾ എല്ലാവർക്കും വിശപ്പുണ്ടായിരുന്നു. രാവിലെ മുതൽ നിരാഹാരം ആയതിനാൽ മുന്നിലുള്ളതെല്ലാം ആർത്തിയോടെ വാരിത്തിന്നുന്നതിനിടയിൽ സുലോചന പറഞ്ഞു.

"ഗോപേട്ടാ നമുക്ക് പ്രാദേശിക ചാനലിൽ പരസ്യം കൊടുത്താലോ?"

"അതിന്റെ ആവശ്യമുണ്ടോ?"

"ഉണ്ട് ഗോപേട്ടാ. നമ്മുടെ ജോബിൻ അകലെയെങ്ങും പോയിട്ടില്ലെന്ന് എനിക്കൊരു തോന്നൽ. നമ്മൾ കൊടുക്കുന്ന പരസ്യം ചാനലിൽ എഴുതിക്കാണിക്കും. പത്രം വായിച്ചില്ലെങ്കിലും വാർത്ത കാണുന്ന നാട്ടുകാർ ജോബിനെ തിരിച്ചറിഞ്ഞ് നമ്മുടെ നമ്പറിൽ വിളിച്ചുപറയും. ജോബിന്റെ ഫോട്ടോകൂടി പരസ്യത്തോടൊപ്പം കൊടുക്കണം."

കാറിൽ കയറി ചാനൽ ഓഫീസിലേക്ക് ഡ്രൈവ് ചെയ്യുന്നതിനിടയിലാണ് മൊബൈൽ കോൾ വന്നത്, പരിചയമില്ലാത്ത നമ്പറാണ്. വണ്ടി സൈഡിലേക്ക് നിർത്തിയിട്ട് മൊബൈൽ അമർത്തിയപ്പോൾ ഒരു സ്ത്രീയുടെ ശബ്ദം.

"ഹലോ, ഇത് വേണുഗോപാലൻ എന്ന ആളാണോ?"

"അതെ, ആരാണ് വിളിക്കുന്നത്?"

"ഇത് ന്യൂജൻസാശ്രയ ഓഫീസിൽ നിന്നാണ്; പെട്ടെന്നുതന്നെ ഇവിടേക്ക് വരണം. നിങ്ങളുടെ അമ്മയെ ഇന്നലെ വൈകിട്ട് അഡ്മിറ്റ് ചെയ്തതാണല്ലോ. ഇന്നിവിടെ ആകെ കുഴപ്പമാണ്, ഇവിടെവന്നിട്ട് ബാക്കി പറയാം."

മൊബൈൽ നോക്കി അന്തംവിട്ട് നിൽക്കുമ്പോൾ ഭാര്യ ചോദിച്ചു.

"ആരാ ഗോപേട്ടാ, എന്താ പ്രശ്നം?"

"വിളിച്ചത് അവരാണ്, നമ്മളിന്നലെ അമ്മയെ കൊണ്ടാക്കിയതല്ലേ, വൃദ്ധമന്ദിരത്തിൽ. അവിടെനിന്നാണ്, പെട്ടെന്നുതന്നെ ഞാനങ്ങോട്ട് എത്തിച്ചേരണം പോലും."

"നിങ്ങള് പോകേണ്ട. ആവശ്യത്തിന് പണമൊക്കെ അടച്ചിട്ട് ആ

കിഴവിയെ അവിടെ ആക്കിയതല്ലേ; എന്നിട്ടിപ്പോൾ?"

"പോകാതിരുന്നാൽ കേസാവും. അവർ വിളിക്കുമ്പോൾ എത്തിച്ചേരുമെന്ന് എഴുതി ഒപ്പിട്ടു കൊടുത്തതാണല്ലൊ."

"എന്ത് ചെയ്താലും ശരി, ഇനി അവരെയെങ്ങാനും തിരികെ വീട്ടിൽ കൊണ്ടുവന്നാലുണ്ടല്ലൊ. എന്റെ തനിസ്വഭാവം നിങ്ങളറിയും. കല്ല്യാണം കഴിഞ്ഞ അന്നുമുതൽ അനുഭവിക്കുന്നതാണ്. എത്ര കൊല്ലത്തിന് ശേഷമാണ് ഇന്നലെ മനഃസമാധാനത്തോടെ ഉറങ്ങിയത്."

"അമ്മയിനി ഇങ്ങോട്ട് വരുമെന്ന് തോന്നുന്നില്ല. നമുക്കൊന്ന് അന്വേഷിക്കാം. അല്ലെങ്കിൽ അതൊരു പ്രശ്നമായി മാറും."

"എന്ത് പ്രശ്നം? നേരം പുലർന്നപ്പോൾ തള്ള ചത്തുപോയിട്ടുണ്ടാവും. അങ്ങനെയാണെങ്കിൽ വളരെ നന്നായി."

അവളുടെ വാക്കുകൾ കേട്ട് ഞെട്ടിയനേരത്ത് മറുപടി പറഞ്ഞത് മകളാണ്.

"പ്രായമായ മുത്തശ്ശിയോട് അമ്മക്കെന്താ ഇത്രയും വിരോധം. എനിക്കവരെ ഇഷ്ടമാണ്."

"കുട്ടിയായ നിനക്കൊന്നും അറിയാത്തതുകൊണ്ടാണ്. എന്റെ മകള് കല്ല്യാണം കഴിഞ്ഞ് മറ്റൊരുവീട്ടിൽ പോയാൽ അവിടെ ഇതുപോലത്തെ ഒരെണ്ണം ഉണ്ടെങ്കിൽ മനസ്സിലാവും. എന്റെ ദൈവമേ..."

സുലോചന എന്നും സുലോചന തന്നെയാണ്. അമ്മായിഅമ്മക്കു നേരെ പോരെടുക്കുന്ന മരുമകൾ. അതിന് അമ്മയും വിട്ടുകൊടുക്കാറില്ലല്ലോ. അതിനിടയിൽ കിടന്ന് നട്ടംതിരിയുന്ന ഭർത്താവിന്റെയും മകന്റെയും വിഷമം ആരും തിരിച്ചറിയുന്നില്ല. അമ്മയെക്കൊണ്ട് പൊറുതിമുട്ടിയപ്പോഴാണ്, പണം കൊടുത്തതു കൂടാതെ കരഞ്ഞും കാലുപിടിച്ചും പറഞ്ഞപ്പോൾ വൃദ്ധസദനത്തിൽ അഡ്മിഷൻ ശരിയായത്. എന്നിട്ടിപ്പോൾ എന്തായിരിക്കും സംഭവിച്ചത്. ഇന്നലെ വൈകിട്ട് അമ്മയെ പടിയിറക്കി വിട്ടപ്പോഴുണ്ടായ മനഃസമാധാനം എത്ര പെട്ടെന്നാണ് തകർന്നത്.

കാറിൽനിന്നും ഇറങ്ങുമ്പോൾ അവരെ കാത്തിരിക്കുന്നതുപോലെ വരാന്തയിൽ ധാരാളം ആളുകൾ ഉണ്ട്. അക്കൂട്ടത്തിൽ അമ്മയെ കാണാത്തതുകൊണ്ട് ആകെയൊരു ഉൾഭയം. ഒറ്റ രാത്രികൊണ്ട് വല്ലതും സംഭവിച്ചോ? മുഖത്ത് ചിരി വരുത്തിയിട്ട് വൃദ്ധസദ

നം നടത്തുന്ന ജാനകിയമ്മയോട് ചോദിച്ചു,

"പെട്ടെന്ന് വരണമെന്ന് പറഞ്ഞത്. അല്ല, എന്തുണ്ടായി?"

"ഇവിടെ ആകെ പ്രശ്നമാ. സാറിന്നലെ ഇവിടെ അഡ്മിറ്റ് ചെയ്തത് നിങ്ങളുടെ സ്വന്തം അമ്മയെ മാത്രമാണല്ലോ."

"അതെ, അതെന്റെ അമ്മ തന്നെയാണ്."

"അമ്മയെ കൂടാതെ ഒരു പട്ടിയെ അഡ്മിറ്റ് ചെയ്തിട്ടില്ലല്ലോ."

"ഏ... പട്ടിയോ? ഏത്?"

"ഇന്നുരാവിലെ മുൻവാതിൽ തുറന്നപ്പോൾ പെട്ടെന്നൊരു നായ അകത്തേക്ക് ഓടിക്കയറി. അന്നേരം മുതൽ അത് അമ്മച്ചിയുടെ കാലിൻചുവട്ടിൽ ഇരിക്കുകയാണ്. ആരെങ്കിലും മുറിയിലേക്ക് പോവാനോ നോക്കാനോ ശ്രമിച്ചാൽ കുരച്ചുകൊണ്ട് കടിക്കാൻ വരുന്നു. ഇത്ര നേരമായിട്ടും സാറിന്റെ അമ്മക്ക് ഒരുതുള്ളി വെള്ളം കൊടുക്കാനോ കുടിക്കാനോ കഴിഞ്ഞിട്ടില്ല. പെട്ടെന്ന് വിളിച്ചത് ആ തള്ളയെയും പട്ടിയെയും ഇവിടെനിന്നും ഒഴിവാക്കിത്തരാനാണ്."

"പട്ടി! അത്?"

"പപ്പാ അത് നമ്മുടെ ജോബിനായിരിക്കും; ഞാൻ വിളിച്ചാൽ അവൻ വരും."

മകൾ അകത്തേക്ക് ഓടിയപ്പോൾ പിന്നാലെ മകളുടെ അമ്മയും ഓടി. അത് കണ്ടുനിന്ന വേണുഗോപാലൻ പറഞ്ഞു.

"മാഡം അത് വീട്ടിൽ വളർത്തുന്ന നായ ജോബിൻ ആവാനാണ് സാദ്ധ്യത. വീട്ടിൽ എല്ലാവരുടെയും കൂടെയാണവൻ... ഞങ്ങൾ വെളിയിലേക്ക് പോകുമ്പോൾ അമ്മക്ക് കൂട്ടായി അവനുണ്ടാവും. എന്റെ അമ്മക്ക് അവനെ ഇഷ്ടമാണ്. ഞങ്ങളവനെ കൊണ്ടുപോയ്ക്കൊളാം."

പട്ടിയെ നോക്കാൻപോയ അമ്മയും മകളും ഒന്നിച്ച് ഇറങ്ങിവന്നു.

"എത്രകാലം ഞാനവന് ഭക്ഷണം കൊടുത്ത് കുളിപ്പിക്കുകയും കളിപ്പിക്കുകയും ചെയ്തതാണ്. എന്നിട്ടിപ്പോൾ നന്ദിയില്ലാത്ത നായയായി പോയല്ലോ അവൻ."

ഭാര്യയുടെ പരാതിയോടൊപ്പം മകൾ കരഞ്ഞുകൊണ്ട് പറഞ്ഞു.

"പപ്പാ ജോബിൻ. അവൻ നമ്മളെ അറിയുന്നില്ല. എന്നെ കണ്ടപ്പോൾ കടിക്കാൻ വന്നു."

“മാഡം എന്റെ വീട്ടിലെ പട്ടി ജോബിൻ നല്ല അനുസരണയുള്ളവനാണ്. ഇപ്പോഴെന്ത് പറ്റിയെന്ന് ഞാനൊന്ന് നോക്കട്ടെ. അവനെയും കൂട്ടിയിട്ട് ഞാൻ വരും.”

വൃദ്ധസദനത്തിന്റെ അകത്തെ മുറിയിലേക്ക് കടന്ന വേണുഗോപാലന്റെ കണ്ണുകളിൽ ആദ്യം പതിഞ്ഞത് പെറ്റമ്മയുടെ ദയനീയമായ കണ്ണുകളാണ്. അവശയായി ഇരിക്കുന്ന അമ്മയുടെ കാൽകീഴിൽ കിടക്കുന്ന സ്വന്തം വളർത്തുനായയെയും അയാൾ കണ്ടു.

ആ നേരത്ത്...

യജമാനനെ കണ്ടപ്പോൾ വാലാട്ടാൻ മറന്നുകൊണ്ട് എഴുന്നേറ്റ വളർത്തുനായ ദേഹം മൊത്തമായൊന്ന് കുടഞ്ഞശേഷം കൂർത്ത പല്ലുകൾ കാണിച്ച് ഉച്ചത്തിൽ കുരക്കുന്നതു കേട്ട് അയാൾ ഞെട്ടി. മുന്നോട്ടുവെച്ച കാൽ പിന്നിലേക്ക് വലിച്ച് തിരികെ നടക്കുമ്പോൾ ഉത്തരം കിട്ടാത്ത അനേകം ചോദ്യങ്ങൾ വേണുഗോപാലന്റെ മനസ്സിൽ തിരയടിക്കാൻ തുടങ്ങി.

******

എട്ട് സുന്ദരികളും ഒരു സിനിമയും

അന്നൊരു കാലത്ത് ശനിയാഴ്ച,,

രാവിലെ ഉറക്കമുണർന്നപ്പോൾ കടപ്പുറംചാലിലെ നാട്ടിൻപുറത്തുകാരായ എട്ട് സുന്ദരികൾക്ക് സിനിമ കാണാൻ മോഹമുദിച്ചു. പെട്ടെന്നുണ്ടായ പുത്തൻ മോഹത്തിനു പിന്നിലുള്ള ഘടകം തലേദിവസം ഉച്ചക്കുമുൻപ് ചെണ്ടമുട്ടിന്റെ അകമ്പടിയോടെ ഇടവഴിയിലൂടെ കടന്നുപോയ സിനിമാ വിളംബരജാഥയും നോട്ടീസ് വിതരണവുമാണ്.

വെള്ളിയാഴ്ചകളിൽ കടൽക്കാറ്റ് വീശുന്ന പതിനൊന്നുമണി നേരത്ത് നാട്ടുകാരനായ കണ്ണൻപണിക്കർ 'ഡുംഡുംഡും താളത്തിൽ ചെണ്ടകൊട്ടി' നാട്ടിൻപുറത്തെ ഇടവഴികളിലൂടെ മുന്നിൽ നടക്കും. പിന്നിൽ നടക്കുന്ന ദാസൻ ആ ദിവസം വൈകിട്ട് കളിക്കുന്ന പുതിയ സിനിമയുടെ വലിയ പോസ്റ്റർ ഉയർത്തിപ്പിടിച്ച് നടക്കുന്നതോടൊപ്പം നോട്ടീസ് വിതരണവും നടത്തും. നാട്ടിലെ പിള്ളേരെല്ലാംചേർന്ന് പിന്നാലെ എത്ര ഓടിയാലും 'ഒരു വീട്ടിൽ ഒരു നോട്ടീസ്' എന്ന കണക്കിലാണ് വിതരണം. അങ്ങനെ കിട്ടിയ നോട്ടിസ് വായിച്ചപ്പോഴാണ് കാര്യം അറിഞ്ഞത്. പുതിയതായി തുറന്ന് പ്രവർത്തനം ആരംഭിച്ച സിനിമാ തീയറ്ററിൽ വെള്ളിയാഴ്ച പുതിയ സിനിമ വന്നിട്ടുണ്ട്;

പേര്
'കാര്യം നിസ്സാരം.'

അഭിനയിക്കുന്നവർ
ബാലചന്ദ്രമേനോൻ, പൂർണ്ണിമാജയറാം,
പ്രേംനസീർ, ലക്ഷ്മി,
കെ പി ഉമ്മർ, സുകുമാരി,
ലാലു അലക്സ്, ജലജ,

രണ്ടാംദിവസം മൂന്നുമണിക്ക് തുടങ്ങുന്ന ആദ്യഷോ കാണാനുള്ള തയ്യാറെടുപ്പുകൾ എട്ടുപേരും ചേർന്ന് രാവിലെതന്നെ തുടങ്ങി.ആദ്യത്തെ ഐറ്റം രക്ഷിതാക്കളുടെ പെർമിഷൻ വാങ്ങലാണ്. കൂടെ പോകുന്നവരുടെ പേരുകൾ പറഞ്ഞപ്പോൾ അക്കാര്യം എളുപ്പത്തിൽ ഓക്കെയായി. പിന്നെ പണം? അതിനായി സമ്പാദ്യപ്പെട്ടി തുറക്കുകയും പൊട്ടിക്കുകയും ചെയ്തപ്പോൾ മറ്റാരും അറിയാതെ കാര്യം നടന്നു. തുടർന്ന് വീട്ടുജോലികളെല്ലാം സൂപ്പർഫാസ്റ്റായി ചെയ്തുതീർക്കാൻ തുടങ്ങി.

കടപ്പുറംചാലിന്റെ കിഴക്കുഭാഗത്തുകൂടി ഒഴുകുന്ന പീച്ചത്തോടിന്റെ കരയിൽ പോയി തുണിയലക്കിയശേഷം വെള്ളത്തിലിറങ്ങി മുങ്ങിക്കുളിച്ചു. ഈറൻ മുടിയുമായി വീട്ടിലേക്കുവന്ന് അലക്കിയ തുണികളെല്ലാം ഉണക്കാനിട്ടശേഷം ഉച്ചഭക്ഷണം കഴിച്ചു. പിന്നെ കൂട്ടത്തിൽ നല്ല വസ്ത്രമണിഞ്ഞ് മുടിചീകി പൌഡറിട്ട് പൊട്ടുകുത്തിയശേഷം വീട്ടിൽനിന്നും പുറത്തിറങ്ങി ഓരോരുത്തരായി കിഴക്കുഭാഗത്തുള്ള വയലിലേക്ക് പ്രവേശിച്ചു. അങ്ങനെ എട്ട് സുന്ദരികൾ ഒത്തുചേർന്ന് നട്ടുച്ചവെയിൽ അവഗണിച്ചുകൊണ്ട് നെൽവയലും തോടും മുറിച്ചുകടന്ന് യാത്രയായി. പുത്തനായി നിർമ്മിക്കപ്പെട്ട അടുത്തുള്ള സിനിമാ തിയേറ്ററിലേക്ക്; അതാണ് 'ദർപ്പണ ടാക്കീസ്'; സ്ഥലം കണ്ണൂർ ജില്ലയിലെ ചാല. അവിടെയെത്താൻ ഇനിയും ധാരാളം സമയമുള്ളതിനാൽ എട്ടുപേരുടെ ബയോഡാറ്റ പറയാം.

എട്ട് സുന്ദരിമാർ ആരൊക്കെയാണെന്നോ?

ഒരു സുന്ദരി ഞാൻ തന്നെ;

അതുപിന്നെ അങ്ങനെയാണല്ലോ,,,

ഇനി മറ്റുള്ളവരുടെ പേര് പറയാം; തുച്ചി, ലച്ചി, ബേബി, അജി, അമി, രജി, ഇഞ്ചി അങ്ങനെ ഏഴ് പേര്. ഇതൊക്കെ നമ്മുടെ നാടൻ പേരുകളാണ്. തുച്ചി എന്റെ അനുജത്തി, ലച്ചിയും ബേബിയും ഇളയമ്മയുടെ മക്കൾ, അജിയും അമിയും അയൽവാസി സഹോദരിമാർ, രജിയും ഇഞ്ചിയും മറ്റൊരു അയൽവാസി സഹോദരിമാർ. സിനിമാക്കൊതി തീർക്കാൻ പോകുന്ന എട്ട് സുന്ദരിമാരുടെയും പ്രായം പതിനാറിനും ഇരുപത്തി രണ്ടിനും ഇടയിൽ. പ്ലസ് 2 കടന്നാക്രമണം നടത്താത്ത കാലമായതിനാൽ എല്ലാവരും കോളേജ് കുമാരിമാർ. അതിൽ മൂന്ന് സുന്ദരികൾ സാരിയിലും അഞ്ച്

സുന്ദരികൾ പാവാടയിലും. കൂട്ടത്തിൽ മുതിർന്നഅംഗം ഞാൻ തന്നെ. പിന്നെയൊരു ചെറിയ രഹസ്യം പറയാനുണ്ട്; ഇക്കൂട്ടത്തിൽ ബേബി ഒഴികെ എല്ലാവരും ഇപ്പോൾ സർക്കാർ ജോലി ചെയ്തു ശമ്പളംവാങ്ങിയിട്ട് പെൻഷനർ ആവാൻ പോകുന്നവരാണ്.

വയലും തോടും കടലും തഴുകി തലോടുന്ന കടൽക്കരയിലെ ഗ്രാമമാണ് കടപ്പുറംചാൽ. അവിടെയുള്ള സുന്ദരികളും സുന്ദരന്മാരും ഒക്കെ ധൈര്യശാലികളും സ്വതന്ത്രരും അധ്വാനശീലരും ആണ്. ആവശ്യംവന്നാൽ ഏത് നട്ടുച്ചക്കും നട്ടപ്പാതിരക്കും ഒറ്റക്ക് വെളിയിലിറങ്ങി നടക്കുന്നവരാണ്. ആരും ആരെയും ഭീഷണിപ്പെടുത്തുകയോ പീഡിപ്പിക്കുകയോ ചെയ്യാറില്ല. അതാണ് എന്റെ ഗ്രാമം...

ഇനി നമുക്ക് കിഴക്കോട്ട് യാത്രതുടരാം,,

എട്ടുസുന്ദരികൾ പൊട്ടിച്ചിരിച്ചും ചിരിപ്പിച്ചുംകൊണ്ട് നെൽവയൽ മുറിച്ചുകടന്ന് അതിവേഗം കടന്ന് ഊടുവഴികൾ താണ്ടി വേലികളും മതിലുകളും കയറിമറിഞ്ഞ് ചെമ്മൺപാതയിൽ എത്തി. അങ്ങനെ അരമണിക്കൂർ നടന്നപ്പോൾ തോട്ടട ബസ്സ്റ്റോപ്പിൽ പ്രവേശിച്ചു.

സിനിമകാണാൻ ചാലയിൽ പോകേണ്ട വഴികൾ പലതാണെങ്കിലും കൂട്ടത്തിൽ വളഞ്ഞ വഴി ബസ്‌യാത്രയാണ്. കണ്ണൂരിലേക്ക് പോകുന്ന ബസിൽ കയറി ചൊവ്വയിൽ ഇറങ്ങിയിട്ട് കൂത്തുപറമ്പിലേക്ക് പോകുന്ന ബസ്സിൽ കയറി ടാക്കാസിനു മുന്നിൽ ഇറങ്ങുക. ഇന്നത്തെ നാട്ടുകാർക്ക് അറിയുന്നത് ആ വഴി ആണെങ്കിലും അന്നത്തെ നാട്ടുകാർ അത്തരം വളഞ്ഞ വഴിയിൽ യാത്ര ചെയ്യാറില്ല. കൂടാതെ ഞങ്ങളുടെ സാമ്പത്തികനില ബി.പി.എൽ ആയതിനാൽ ബസ്‌യാത്ര അപ്രാപ്യമാണ്. വേലിയും മതിലും കടന്ന് വീടുകളുടെ മുറ്റത്തും അടുക്കളപ്പുറത്തും കൂടി നേരെനടന്ന് സഞ്ചരിക്കുക; അതാണ് സുന്ദരിമാരായ ഞങ്ങളുടെ രീതി.

ഇനിയൊരു വഴി അമ്മൂപ്പറമ്പിലൂടെയാണ്; അവിടെ നട്ടുച്ചക്കും നട്ടപ്പാതിരക്കും ചില അമാനുഷിക ശക്തികൾ ഇറങ്ങി നടക്കാറുണ്ടെന്ന് പറയപ്പെടുന്നു. ചരിത്രവും ഐതിഹ്യവും കെട്ടുപിണഞ്ഞ് കിടക്കുന്ന, കരിമ്പാറകളിൽ പുല്ലുമാത്രം വളരുന്ന, വിശാലമായ ആ പറമ്പിൽകൂടി ഒറ്റക്കു നടക്കുന്നവരെ വഴിതെറ്റിച്ചു വിടുന്ന ദേവന്മാരുടെയും ദേവിമാരുടെയും വിഹാര സ്ഥലമാണവിടം. ധൈ

ര്യശാലിയാണെന്ന് പൊങ്ങച്ചം പറഞ്ഞ് അർദ്ധരാത്രിയിൽ അമ്മൂപ്പറമ്പിലൂടെ യാത്ര ചെയ്ത ഒരു യുവാവ് മുന്നിൽ നടക്കുന്ന സുന്ദരിയുടെ പനങ്കുല പോലുള്ള മുടിയുടെ പിന്നാലെ നടന്ന് വഴി മാത്രമല്ല, താളവുംതെറ്റിയ സംഭവം നാട്ടുകാർക്കറിയാം. ഏതായാലും എട്ട് സുന്ദരികളും ആ വഴി പോകാൻ തയ്യാറല്ല; ചിലപ്പോൾ ഏതെങ്കിലും ഗന്ധർവൻ പിന്നാലെ കൂടിയാൽ എട്ടും, എട്ട് വഴിയിലേക്ക് ഓടും.

പിന്നെയുള്ള നേർവഴി ഹൈസ്ക്കൂളിന്റെ മുന്നിലൂടെയാണ്. ഞങ്ങളിൽ ആറ് സുന്ദരികൾ അവിടെ പഠിച്ചവരാണ്. സർക്കാർ ഹൈസ്ക്കൂളിന് മതിലുകളില്ലാത്തതിനാൽ സ്ക്കൂളിനു മുന്നിലൂടെ എളുപ്പം നടന്നപ്പോൾ റെയിൽപാളം കണ്ടു. വണ്ടിവരാത്ത നേരത്ത് തീവണ്ടിപ്പാത മുറിച്ചുകടന്ന് മുന്നോട്ട് നടക്കുമ്പോഴാണ്; അതുകേട്ടത്. തീയറ്ററിൽ നിന്നും ഉയരുന്ന സിനിമാഗാനം. അങ്ങനെ ചാല റോഡിൽ എത്തി, പാട്ടിന്റെ പ്രഭവസ്ഥാനം തേടിയിട്ട് പോയപ്പോൾ... അതാ മുന്നിൽ നിൽക്കുന്നു; ദർപ്പണ ടാക്കീസ്.

തീയറ്റർ പരിസരം കണ്ടപ്പോൾ എട്ട് സുന്ദരികളും ഒന്നിച്ചു ഞെട്ടി, മറുനാട്ടുകാരായ അവരെപ്പോലെ അനേകം നാട്ടുകാർ പരിസരത്ത് എത്തിച്ചേർന്നിട്ടുണ്ട്. ഗെയിറ്റ് കടക്കുമ്പോൾതന്നെ ഒരു ചെറുപ്പക്കാരൻ മുന്നിൽ.

"സിനിമ കാണാനാണോ? ഇവിടെ പത്തുമിനിട്ട് മുൻപെ ഹൗസ്ഫുൾ ആയി; ഇനി വീട്ടിൽപോയി ആറരയുടെ ഷോ കാണാൻ വന്നാൽ മതി. പിന്നെ വീട് അടുത്താണെങ്കിൽ ഒൻപതരക്ക് സെക്കന്റ്ഷോ കാണുന്നതാവും നിങ്ങൾക്ക് സൗകര്യം."

മൂന്നര മുതൽ ആറ് മണിവരെയുള്ള സമയത്ത് സിനിമ കാണാൻവേണ്ടിയാണ് ഞങ്ങൾ വന്നത്. ഇനി തിരിച്ച് പോവുകയോ? അതിന് ഞങ്ങളാരും തയ്യാറല്ല. പിന്നെ ഏതെങ്കിലും ഒരുത്തനെ സോപ്പിട്ടാൽ ചിലപ്പോൾ ടിക്കറ്റ് കിട്ടും; എന്നാൽ എട്ട് ടിക്കറ്റുകൾ ഒരിക്കലും കിട്ടുകയില്ല. ആളുകളെ അകത്താക്കി വാതിലടച്ച്; അതിന്റെ മുന്നിൽ നിൽക്കുന്ന ഗെയിറ്റ്കീപ്പർക്ക് ഫ്രീ ആയി ഒരു ചിരി സമ്മാനിച്ചശേഷം ലച്ചി അടുത്തുപോയി ചോദിച്ചു,

"ഞങ്ങൾ വളരെ ദൂരെനിന്നും നടന്നു വരുന്നതാണ്; നിങ്ങൾ വിചാരിച്ചാൽ ടിക്കറ്റ് കിട്ടുമോ?"

"എത്ര പേരുണ്ട്."

അദ്ദേഹം താല്പര്യത്തോടെ ചോദിച്ചപ്പോൾ എല്ലാവർക്കും സന്തോഷം തോന്നി.

"എട്ട്"

എട്ടെന്ന് കേട്ടപ്പോൾ ആ മനുഷ്യന്റെ മുഖം ഇരുണ്ടു.

"ഇവിടെയിപ്പൊ എക്സ്ട്രാ പത്ത് കസേരകൂടി ഇട്ടിരിക്കയാ, ഞാൻ വിചാരിച്ചാൽ ഒന്നോ രണ്ടോ കൂടി സംഘടിപ്പിക്കാം. നിങ്ങളിൽ രണ്ടാൾക്ക് സിനിമ കണ്ടാൽ മതിയോ?"

"അയ്യോ അതു പറ്റില്ല, ഞങ്ങൾ ഒന്നിച്ച് വന്നവരാണ്."

അങ്ങനെ ആ വഴിയും അടഞ്ഞു.

സമീപത്തുള്ള പൂമരത്തണലിൽ നിന്നുകൊണ്ട് ഞങ്ങൾ ആലോചിക്കാൻ തുടങ്ങി. പെട്ടെന്ന് ഇഞ്ചി പറഞ്ഞു,

"നമുക്കിനി അടുത്ത ഷോ കാണാം."

"അടുത്ത ഷോ ആറരക്കാണ് തുടങ്ങുക, ഒൻപത് മണിക്ക് തീരുമ്പോൾ രാത്രിയാവില്ലേ?."

ഞാൻ ചോദിച്ചു.

"അതിനെന്താ നമ്മൾ എട്ടുപേരില്ലേ, പിന്നെന്തിന് ഭയപ്പെടണം?"

"ഏതായാലും സിനിമ കാണാൻ വന്ന നമ്മൾ കാണാതെ വീട്ടിലേക്ക് പോവില്ല; കാര്യം നിസ്സാരം."

എല്ലാവരും ഒന്നിച്ച് പറഞ്ഞു.

ആറ് മണിവരെ ഇവിടെയങ്ങട്ട് ചുറ്റിപ്പറ്റി നിൽക്കാൻ ആർക്കും പ്രയാസമില്ല. എട്ട് സുന്ദരിമാരെ ഒന്നിച്ചു കാണുന്നതിനാൽ പുരുഷന്മാർ പലരും ഉപഗ്രഹങ്ങളെപ്പോലേ ചുറ്റും കറങ്ങിക്കൊണ്ടിരിക്കുന്നുണ്ട്. അതിലൊന്നും ഞങ്ങൾക്ക്... ഒരു പരാതിയും ഇല്ല.

പൂമരത്തണലിൽ നിൽക്കുമ്പോൾ കൂട്ടത്തിൽ കുട്ടിയായ ബേബി ചിണുങ്ങാൻ തുടങ്ങി.

"ശ്ശോ, എന്റെ കാല് വേദന; ഞാനിപ്പം നിലത്തിരിക്കും."

അതുകേട്ട് പരിസരനിരീക്ഷണം നടത്തിയ അജി അകലെയുള്ള ഓലപ്പുര ചൂണ്ടിക്കൊണ്ട് പറഞ്ഞു.

"അടുത്ത സിനിമ തുടങ്ങുന്നതുവരെ നമുക്ക് ആ വീടിന്റെ കോലായീൽ ഇരിക്കാം."

ഞങ്ങൾ നടന്നുനടന്ന് ആരോടും അനുവാദം ചോദിക്കാതെ, മുൻപരിചയമില്ലാത്ത വീടിന്റെ മുറ്റത്തുകയറി. ചാണകം മെഴുകിയ തറയിൽ മുറ്റത്തുനിന്നും എടുത്ത ഉണങ്ങിയ ഇലവിരിച്ച് വരാന്ത

യുടെ വശങ്ങളിൽ പലയിടങ്ങളിലായി ഇരുന്നു.

രജി ഒരു സിനിമാപ്പാട്ട് മൂളാൻ തുടങ്ങി,

"മേലേ മാനത്തെ നീലിപ്പുലയിക്ക്
മഴപെയ്താൽ ചോരുന്ന വീട്,
അവളേ സ്നേഹിച്ച പഞ്ചമിചന്ദ്രന്
പവിഴം കൊണ്ടൊരു നാലുകെട്ട്."

പാട്ടിന്റെ പാലാഴി വീട്ടിനകത്തേക്ക് ഒഴുകിയപ്പോൾ നീലക്കുയിൽ പോലുള്ള വീട്ടമ്മ അകത്തുനിന്നും ഇറങ്ങിവന്നു,, ഒക്കത്തൊരു കുട്ടിക്കുയിലിനെ ഇരുത്തിയിട്ടുണ്ട്. വെറും നിലത്തിരിക്കുന്ന സുന്ദരിമാരെ ജീവിതത്തിൽ ആദ്യമായി കണ്ടപ്പോൾ അവരൊന്ന് ഞെട്ടി. കുട്ടിക്കുയിൽ പേടിച്ച് കരയാനും തുടങ്ങി.

പെട്ടെന്ന് അജി എഴുന്നേറ്റ് കുട്ടിയെ അവരുടെ കൈയിൽ നിന്നും വാങ്ങി. അവനെ ചിരിപ്പിക്കുകയും കളിപ്പിക്കുകയും ചെയ്തപ്പോൾ സുഹൃത്തുക്കളായി. കുട്ടികളെ കണ്ടാൽ പരിസരംമറന്ന് എടുക്കുന്നതും കളിപ്പിക്കുന്നതും അവളുടെ ജന്മസ്വഭാവമാണ്. അജിയുടെ ഈ സ്വഭാവം കൊണ്ട് ഒരുമാസം മുൻപ് നാട്ടുകാർ തമ്മിൽ അടിയോടടുത്തിരുന്നു.

"അയ്യോ. എല്ലാരും വെറുംനിലത്താണോ ഇരിക്കുന്നത്?"

അതും പറഞ്ഞ് അകത്തുപോയ വീട്ടമ്മ ഒരു മരക്കസേരയും രണ്ട് മെടഞ്ഞ ഓലയുമായി പുറത്തുവന്നു.

വരാന്തയിൽ വിരിച്ച ഓലയിൽ എല്ലാവരും ഇരുന്നു; കസേലയെ എട്ട് പേരും അവഗണിച്ചു.

തുടർന്ന് ഡയലോഗ് ആരംഭിച്ചു.

"സിനിമകാണാൻ വന്നതായിരിക്കും; അല്ലേ?"

"അതെ, ഞങ്ങൾക്ക് ടിക്കറ്റ് കിട്ടിയില്ല; ഇനി അടുത്ത സിനിമ വരെ കാത്തിരിക്കാൻ വന്നതാ."

"പുതിയ ടാക്കീസായതുകൊണ്ട് എപ്പോഴും തിരക്കാ; എത്ര പേരാ ടിക്കറ്റ് കിട്ടാതെ തിരിച്ച് പോകുന്നത്. എല്ലാരും ദൂരേന്നായിരിക്കും."

"അതെ, ഇനി ഞങ്ങള് അടുത്ത ഷോ കണ്ടിട്ടേ പോകുന്നുള്ളു."

"അപ്പോൾ വീട്ടിലെത്താൻ പത്തുമണി ആകുമല്ലോ! ഒപ്പരം ആണുങ്ങളൊന്നും ഇല്ലേ?"

“എട്ടുപേരുള്ളപ്പോൾ എന്തിനാണ് ആണുങ്ങൾ?”

“എല്ലാരും ബനിയാൻ കമ്പനീലെ ജോലിക്കാരായിരിക്കും.”

“ബനിയാൻ കമ്പനീലെയോ!”

എട്ട് സുന്ദരിമാരും ഒന്നിച്ച് തലയുയർത്തി. കോളേജ് കുമാരിമാരായ, നാടിന്റെ 'ഭാവി വാഗ്ദാന'ങ്ങളായ ഞങ്ങൾ സാദാ തൊഴിലാളികളോ? ആകെ ഒരു ചമ്മൽ; ഇനിയങ്ങോട്ടുള്ള ജീവിതത്തിൽ ഉന്നതപദവികൾ അലങ്കരിക്കാനായി കാത്തിരിക്കുന്ന എട്ട് സുന്ദരിമാരുടെ ജീവിതത്തിൽ ഒരിക്കലും മറക്കാനാവാത്ത ചമ്മൽ.

“അതുപിന്നെ ഇങ്ങനെ പെണ്ണുങ്ങൾ ഒന്നിച്ച് സിനിമ കാണാൻ വരുന്നത്, ബനിയാൻ കമ്പനിയിലെ ജോലിക്കാരാ. ചിലപ്പോൾ ബീഡിക്കമ്പിനിയിലുള്ളവരും ഉണ്ടാവും.”

ആ വീട്ടമ്മ സ്വന്തം അറിവ് അടിസ്ഥാനമാക്കി പറഞ്ഞതാണ്.

“ഞങ്ങളെല്ലാവരും കോളേജിൽ പഠിക്കുന്നവരാ.”

“കോളേജിലോ.”

“അതെ അഞ്ച് പേർ എസ്. എൻ. കോളേജിലും, മൂന്നു പേർ ബ്രണ്ണൻ കോളേജിലും.”

ആ സ്ത്രീ വിശ്വാസം വരാതെ എല്ലാവരെയും നോക്കിയ ശേഷം അകത്തേക്ക് പോയി.

അജിയും കുട്ടിക്കുയിലും അവരുടെതായ ലോകത്താണ്.

തീയറ്ററിനകത്ത് സിനിമ തുടങ്ങിയിട്ട് പാട്ടുകൾ തകർക്കുകയാണ്. കാണികളുടെ കരഘോഷവും ആർപ്പുവിളികളും മുഴങ്ങുന്നു. സിനിമാഗാനത്തോടൊപ്പം കാണികളും കൂടെച്ചേർന്ന് പാടുന്നതിനാൽ എല്ലാവരും ചേർന്ന ആഘോഷമാണ്. കൂട്ടത്തിൽ ഞങ്ങളും ഇരിക്കേണ്ടതായിരുന്നു. ഓ അതിനെന്താ അല്പസമയം കാത്തിരുന്നാൽ കാണാമല്ലൊ.

ഞങ്ങൾ പലതരം നാട്ടുവിശേഷങ്ങൾ പറഞ്ഞ് പൊട്ടിച്ചിരിക്കാൻ തുടങ്ങി. അത് കേട്ടിട്ടായിരിക്കണം അകത്തുനിന്നും ഒരു ചെറുപ്പക്കാരൻ ഉറക്കത്തിൽ ഞെട്ടിയതുപോലെ അർദ്ധവസ്ത്രനായി പുറത്തുവന്നു. അവിശ്വസനീയമായ കാഴ്ചകണ്ട് ഒരു നിമിഷം അവനൊന്ന് ഞെട്ടി; എട്ട് സുന്ദരികൾ ഒന്നിച്ച് സ്വന്തം വീട്ടിൽ! സ്വബോധം വന്നപ്പോൾ അവൻ പെട്ടെന്ന് അകത്തേക്ക് ചാടി.

അല്പസമയം കഴിഞ്ഞ് അയാൾ പുറത്തുവന്നു; പൂർണ്ണവസ്ത്രനായി ഫുൾമെയ്ക്കപ്പിൽ. ഒപ്പംവന്ന വീട്ടുകാരി ചെറുപ്പക്കാരനെ

പരിചയപ്പെടുത്തി,

"ഇതെന്റെ ആങ്ങളയാ, പേര് ദിവാകരൻ, നെയ്ത്തു കമ്പനിയിൽ മേസ്ത്രീയാ."

ഞങ്ങൾ അവനെ മൈന്റ് ചെയ്തില്ല; പൂവാലന്മാർ നിറഞ്ഞ കോളേജിൽനിന്നും വരുന്ന ഞങ്ങളെന്തിന്. ഈ മേസ്ത്രിയെ കടാക്ഷിക്കണം!

പെട്ടെന്ന് രജി പറഞ്ഞു,

"എല്ലാവർക്കും ദാഹം ഉണ്ട്; ഒരു പാത്രത്തിൽ വെള്ളം കിട്ടിയാൽ കുടിക്കാമായിരുന്നു."

മലയാളം എം.എ പഠിക്കുന്നവളുടെ ചോദ്യം കേട്ടപ്പോൾ വീട്ടുകാരി അകത്തുപോയി. ഒപ്പം അവരുടെ സഹോദരൻ പഞ്ചാരച്ചാക്കുകൾ തുറക്കാൻ ആരംഭിച്ചെങ്കിലും അവയെല്ലാം ഉറുമ്പരിക്കും എന്നായപ്പോൾ പെട്ടെന്നവൻ ഇറങ്ങിപ്പോയി. അവന്റെ വീട്ടിന്റെ വരാന്തയിൽ ഇരുന്നിട്ടും അവനെ കടാക്ഷിക്കാത്ത സുന്ദരികളോട് വെറുപ്പ് തോന്നിയിരിക്കാം.

വീട്ടമ്മ പത്തുമിനിട്ട് കഴിഞ്ഞാണ് വന്നത്, ഒരു മൺപാത്രത്തിൽ ചൂടുള്ള ചായയും ഒരു ഗ്ലാസ്സുമായി. കൂട്ടത്തിൽ മുതിർന്നവൾ ആയതിനാൽ, ആദ്യം ഒഴിച്ച ചായ എനിക്ക് കിട്ടി. പിന്നീട് ഗ്ലാസ്സ് കഴുകിയ ശേഷം ഓരോ ആൾക്കും ചായ നൽകിയിട്ട് അവർ ഞങ്ങളെ സൽക്കരിച്ചു.

ചിരിച്ചും കളിച്ചും പാട്ടുപാടിയും സമയം പോയതറിഞ്ഞില്ല. ഒപ്പം കൂടാൻ ഒരു കുട്ടിക്കുയിൽ കൂടിയുണ്ടല്ലോ. അഞ്ചര കഴിഞ്ഞപ്പോൾ തീയറ്റർ പരിസരത്ത് ജനസംഖ്യ പെരുകാൻ തുടങ്ങി. ആറുമണിക്ക് ഷോ കഴിഞ്ഞ് ഉടനെ അടുത്ത ഷോയുടെ ടിക്കറ്റ് വില്പന ആരംഭിക്കും. അതിനു മുൻപുതന്നെ ടിക്കറ്റെടുക്കാൻ ക്യൂ നിൽക്കണം.

കുട്ടിക്കുയിലിനെ അമ്മക്ക് വിട്ടുകൊടുത്തശേഷം നന്ദിയും റ്റാറ്റയും പറഞ്ഞ് മുറ്റത്തേക്ക് ഇറങ്ങിയപ്പോൾ വീട്ടമ്മ പറഞ്ഞു,

"സിനിമ തീരുമ്പോൾ രാത്രി നല്ല ഇരുട്ടാവുമല്ലോ; പേടിയുണ്ടെങ്കിൽ നിങ്ങളുടെ വീടുവരെ എന്റെ ആങ്ങള ദിവാകരനോട് വരാൻ പറയട്ടെ?"

"അയ്യോ അത് വേണ്ട, കൂടെ ആരെങ്കിലും വരുന്നതാ ഞങ്ങൾക്ക് പേടി."

അജിയുടെ മറുപടി കേട്ടപ്പോൾ അവർ പിന്നെയൊന്നും പറഞ്ഞില്ല.

നല്ലവരായ വീട്ടമ്മയെ വിട്ട് എല്ലാവരും തീയറ്ററിന്റെ സമീപം പൂമരത്തണലിൽ സ്ഥാനം പിടിച്ചു. അല്പസമയം കഴിഞ്ഞ് 'ഇഞ്ചി' ടിക്കറ്റെടുക്കാൻ കൗണ്ടറിനു മുന്നിൽ ഒന്നാം നമ്പറായി നിന്നു. തിരക്കിൽ നുഴഞ്ഞുകയറാനുള്ള സാമർത്ഥ്യം അവൾക്കാണ്.

ആറു മണി ആയതോടെ അകത്തുനിന്നും മണിയടി മുഴങ്ങി. വാതിലുകളെല്ലാം ഒന്നിച്ച് തുറക്കപ്പെട്ടതോടെ കണ്ണുംതിരുമ്മിക്കൊണ്ട് ഓരോരുത്തരായി പുറത്തിറങ്ങി. അവരിൽ പലരും റോഡിൽ കാത്തിരിക്കുന്ന ബസ്സിൽ കയറാനായി ഓടുകയാണ്. ഞങ്ങൾ നോക്കിയിരിക്കെ എട്ട് സെക്കന്റ് ക്ലാസ് ടിക്കറ്റുമായി ചിരിച്ചുകൊണ്ട് ഇഞ്ചി വന്നപ്പോൾ എല്ലാവരും സെക്കന്റ് ക്ലാസ് വാതിലിനു മുന്നിൽ ക്യൂ പാലിച്ചുകൊണ്ട് നിന്നു. അല്പസമയം കഴിഞ്ഞ് ടിക്കറ്റ് കൊടുത്ത് അകത്തേക്ക് പ്രവേശനം ലഭിച്ചപ്പോൾ എട്ട് സുന്ദരികളും ഏറ്റവും പിന്നിൽ ഒരേ വരിയിൽ ഇരുന്നു.

എല്ലാ ഇരിപ്പിടങ്ങളും നിറഞ്ഞു; ഹൗസ് ഫുൾ. അകത്ത് വെളിച്ചം അണഞ്ഞതോടെ തിരശ്ശീലയിൽ വെളിച്ചം തെളിയുകയായി; സിനിമ ആരംഭിക്കുകയാണ്. ആദ്യം പരസ്യങ്ങൾ, പിന്നെ സിനിമാ ലോകത്തേക്ക്,,

ഞാനും, അനിയത്തി തുച്ചിയും ഒഴികെ എല്ലാവരും പലപ്പോഴായി സിനിമ കാണുന്നവരാണ്. അതുവരെ ഞാൻ കണ്ടത് വിരലിലെണ്ണാവുന്ന സിനിമകൾ മാത്രം; പ്രീഡിഗ്രി പഠിക്കുന്ന അനുജത്തി കാണുന്നത്, മൂന്നാമത്തെ സിനിമ.

നസീറും ബാലചന്ദ്രമേനോനും അഭിനയം തകർക്കുകയാണ്. ലക്ഷ്മിയും സുകുമാരിയും അമ്മ വേഷത്തിൽ രണ്ട് ഭാവത്തിൽ അഭിനയിക്കുന്നു. ജലജയും പൂർണ്ണിമയും സഹോദരിമാരാണെങ്കിലും വേറിട്ട സ്വഭാവങ്ങൾക്ക് ഉടമയാണ്. അങ്ങനെ രണ്ടര മണിക്കൂർ അവരോടൊത്ത് ഞങ്ങളും മനസ്സുകൊണ്ട് അഭിനയിച്ചു, ജലജയുടെയും ലാലു അലക്സിന്റെയും കൂടെ 'താളം ശ്രുതിലയ താളം' പാടി ഡാൻസ് ചെയ്യുമ്പോൾ ഉച്ചത്തിൽ ചിരിച്ചുകൊണ്ട് കൈകൊട്ടി.

ഒടുവിൽ സിനിമ കഴിഞ്ഞ് മണിയടി കേട്ടപ്പോഴാണ് എട്ട് സുന്ദരികൾക്കും പരിസരബോധം വന്നത്. പതുക്കെ എല്ലാവരും തീയ

റ്ററിൽ നിന്ന് പുറത്തിറങ്ങി. അപ്പോൾ അടുത്ത സിനിമക്കുള്ള കാണികളെകൊണ്ട് തീയറ്റർ പരിസരം നിറഞ്ഞിരുന്നു.

സമയം രാത്രി ഒൻപത് മണി കഴിഞ്ഞു.

സ്ട്രീറ്റ്ലൈറ്റിനപ്പുറത്തെ ഇരുട്ടിൽനിന്നും പഞ്ചമിചന്ദ്രൻ സുന്ദരിമാരേ 'ഈ വെളിച്ചം മതിയാവുമോ വീട്ടിലെത്താൻ?' എന്ന് ചോദിച്ചു.

കൂടെ എല്ലാവരും ഉണ്ടെന്ന് ഉറപ്പ് വരുത്തിയ ശേഷം 'രജി' പറഞ്ഞു.

"വേഗം നടന്നാൽ പത്തുമണിക്ക് വീട്ടിലെത്താം"

"അപ്പോൾ ഇരുട്ടത്ത് ഒരു ചൂട്ടയെങ്കിലും കത്തിക്കണ്ടേ?"

ലച്ചിയുടെ സംശയം പുറത്തുവന്നു.

"ഞങ്ങൾക്ക് ചായ തന്ന വീട്ടിൽതന്നെ പോയി കുറച്ച് തെങ്ങോല സംഘടിപ്പിക്കാം."

രജി അഭിപ്രായം പാസ്സാക്കിയപ്പോൾ എല്ലാവരും ആ വീട്ടിലേക്ക് മാർച്ച് ചെയ്തു.

വീട്ടുകാരിയും ഭർത്താവും ഞങ്ങളെ കാത്തിരിക്കുന്നതു പോലെ ഉറങ്ങാതെ വരാന്തയിൽ ഇരിപ്പാണ്. അടുത്ത ഷോ കാണാൻ ആളുകൾ തീയറ്ററിനകത്ത് കയറിയിട്ട് വേണം അവർക്കുറങ്ങാൻ. ആവശ്യം പറഞ്ഞപ്പോൾ ഒന്നിനു പകരം നാല് ഓലച്ചൂട്ട കെട്ടിത്തന്നു. അഞ്ചാമതൊന്ന് ചിമ്മിനിവിളക്കിൽ കാണിച്ച് അഗ്നിസഹിതം ലെച്ചിക്ക് നൽകി.

അങ്ങനെ എട്ട് സുന്ദരിമാർ ഓലച്ചൂട്ടിന്റെയും നിലാവിന്റെയും വെളിച്ചത്തിൽ റോഡിൽ നിന്നും ഇടവഴികളിലൂടെ പാട്ടുപാടി താളം പിടിച്ച് നടക്കാൻ തുടങ്ങി,

"കൺമണി പെൺമണിയെ."

വന്ന വഴികളിലൂടെ നടന്നപ്പോൾ സ്വന്തം ഗ്രാമത്തിലെത്താറായെന്ന് എട്ട് സുന്ദരികൾക്ക് തിരിച്ചറിയാൻ കഴിഞ്ഞു. അറിയിച്ചതാവട്ടെ കടൽക്കാറ്റും കടലിന്റെ ശബ്ദവും. അതിനിടയിൽ രണ്ട് തവണ ചൂട്ട കെട്ടു. അപ്പോഴെല്ലാം ആദ്യം കാണുന്ന വീട്ടിൽ കയറി തീ കത്തിച്ചു. രണ്ടാമത്തെ വീട്ടിൽ നിന്നും കുറച്ച് ഓലയും ഒരു തീപ്പെട്ടിയും തന്നു.

ഇനിയങ്ങോട്ട് കുന്നിറങ്ങി വയൽ വരമ്പിലൂടെയാണ് യാത്ര. എങ്ങും തവളകളുടെ പാട്ടുകച്ചേരി തന്നെ. വെളിച്ചം കാണുന്ന ത

വളകൾ വഴിമാറാതെ മുന്നിൽ നിൽക്കുന്നത് കണ്ടപ്പോൾ അമി പറഞ്ഞു,

"പെൺ കുട്ടികൾ രാത്രി ഇറങ്ങി നടക്കുന്നത് കണ്ടിട്ട് തവളകളെല്ലാം ആശ്ചര്യപ്പെട്ടിരിക്കയാ."

അല്പം അകലെ നെൽച്ചെടികൾക്കിടയിൽ ഒരു അനക്കം; ഒപ്പം തവളയുടെ ഭീകരമായ കരച്ചിൽ. അതുകണ്ട് മുന്നോട്ട് നീങ്ങിയ അജിയെ രജി പിടിച്ചു നിർത്തി.

"നീർക്കോലിയാണെന്ന് വിചാരിച്ച് അങ്ങോട്ട് പോകേണ്ട; രാത്രി പുറത്തിറങ്ങുന്ന നീർമണ്ഡലിക്ക്, ഡിഗ്രി സുവോളജി പഠിക്കുന്ന ആളാണെന്ന് മനസ്സിലാവില്ല. കടിച്ചാൽ കുമാരൻ വൈദ്യർ വിചാരിച്ചാലും വിഷം ഇറക്കാൻ കഴിയില്ല."

നെൽവയൽ മുറിച്ചുകടന്ന് പീച്ചതോടിലെ ആഴംകുറഞ്ഞ വെള്ളത്തിൽ ഇറങ്ങി നടന്നുകയറിയിട്ട് എല്ലാവരും അവരവരുടെ വീടുകളിൽ എത്തി. അത്രയുംനേരം ഉറങ്ങാതെ കാത്തിരിക്കുന്ന വീട്ടുകാർ കാര്യം അന്വേഷിച്ചു. അല്പം ഭയപ്പെട്ടെങ്കിലും എട്ട് പെൺകുട്ടികൾ ഒന്നിച്ചുള്ളതുകൊണ്ട് വഴക്ക് പറയാനുള്ള സാഹചര്യം രക്ഷിതാക്കൾക്ക് ലഭിച്ചില്ല. ഭക്ഷണം കഴിഞ്ഞശേഷം സിനിമാക്കഥ ആദ്യാവസാനം പറഞ്ഞുകേട്ടതിനു ശേഷമാണ് എട്ട് സുന്ദരികളുടേയും വീട്ടുകാർ ഉറങ്ങിയത്.

******

ചിരിപ്പിക്കുന്ന കട്ടുറുമ്പ്

"ഇനി വരുന്ന ബസ്സിൽ എത്ര തിരക്കായാലും, മോളൂട്ടിയേയും എടുത്ത് ഞാനങ്ങോട്ട് കയറും."

ഞാനെന്റെ മകളോട് പറഞ്ഞു.

"ഇരിക്കാൻ സീറ്റ് കിട്ടിയില്ലേൽ തിരക്കുള്ള ബസ്സിൽ കുട്ടിയോടൊപ്പം കയറുന്ന പ്രശ്നമേയില്ല."

"പിന്നെ നിനക്കായിട്ട് സീറ്റ് കാലിയായ ബസ് വരുമെന്നാണോ വിചാരം? അര മണിക്കൂർ ആയല്ലോ നിൽക്കാൻ തുടങ്ങിയിട്ട്; എന്നാൽപിന്നെ ഓട്ടോ പിടിച്ച് പോയാലെന്താ?"

"ഈ അമ്മക്കെപ്പോഴും ഓട്ടോ എന്ന വിചാരമാ. വെറും പത്ത് രൂപയുടെ ദൂരത്തിനാ അൻപത് രൂപ കൊടുത്ത് ഓട്ടോ വിളിക്കുന്നത്?"

ഇവൾ, എന്റെ മകൾ തന്നെയാണോ എന്ന്, എനിക്കുതന്നെ പലപ്പോഴും സംശയം തോന്നിയിട്ടുണ്ട്. എങ്കിലും അവളുടെ അച്ഛന്റെ കാര്യത്തിൽ സംശയമൊന്നും എനിക്കില്ല. അദ്ദേഹം സ്വന്തമായി പ്രോഗ്രാം ചെയ്ത പിശുക്കിന്റെ സോഫ്റ്റ്‌വെയറുകൾ ഡിലീറ്റ് ചെയ്യപ്പെടാതെ അതേപടി അവളിൽ കോപ്പി പെയിസ്റ്റ് ചെയ്തിട്ടുണ്ട്.

അപ്പോഴാണ് ഒരു ബസ്സ് നേരെ മുന്നിൽ വന്നു നിർത്തിയത്; നിറയെ ആളുകളെ കുത്തിനിറച്ച്, ചിലരുടെ കൈയും തലയും പുറത്തായ ബസ്സ്. ഏതാണ്ട് പതിനഞ്ച് പേർ അതിനകത്തുനിന്ന് ഇറങ്ങിയപ്പോൾ പത്തുപേർ കയറി. ഞാനവളെ നോക്കിയപ്പോൾ മുഖം വീർപ്പിച്ച് നിൽക്കുകയാണ്. മോളൂട്ടി അടുത്ത കട ചൂണ്ടി എന്തോ പറഞ്ഞപ്പോൾ മിണ്ടാതിരിക്ക്, എന്നുപറഞ്ഞ് കുഞ്ഞിനെ ഞെട്ടിച്ചു. അതോടെ പേടിച്ച കുഞ്ഞ് അവളുടെ ചുമലിൽ കിടന്ന് വിതുമ്പാൻ തുടങ്ങി.

കൊച്ചുമകളുമൊത്ത് ഏതാനും ദിവസത്തെ താമസത്തിനു ശേഷം അവൾ ഭർത്താവിന്റെ വീട്ടിലേക്ക് പോവുകയാണ്. ഭർത്താവ് ഗൾഫിലായതിനാൽ കാടാറുമാസം ഭർതൃഗൃഹത്തിലും നാടാറു

മാസം സ്വന്തം വീട്ടിലും ആയി മുന്നേറുകയാണ്. ടീച്ചർ ആയ അവൾക്ക് ഗൾഫ് കാരനായ ഭർത്താവ് കൂടിയായതോടെ അഹങ്കാരത്തിന്റെ കൊമ്പ് മുളച്ചിരിക്കയാണ്. കിട്ടിയ ചാൻസിന് പറയും.

"ഈ അമ്മക്കൊന്നും അറിയില്ല."

"പിന്നെ നിന്റെയാ ഭദ്രകാളി അമ്മായിഅമ്മയെപോലെ ആവണോ?"

ഞാനും വിട്ടുകൊടുക്കില്ല.

"അതിന് ഭദ്രകാളിയെ ഞാൻ തളച്ചിരിക്കയാ."

"ന്റമ്മോ, നിന്നെ പൊറുപ്പിക്കുന്ന ആ അമ്മയിഅമ്മയെ സമ്മതിക്കണം."

അങ്ങനെ ശബ്ദം കൂടുമ്പോൾ അച്ഛൻ ഇടക്ക് കയറിവീഴും.

"ഞാനൊരാണായി ഇവിടെ ഉണ്ടായിട്ടും ഈ മൂന്ന് പെണ്ണുങ്ങളുടെ ഒച്ചകൊണ്ട് നാട്ടുകാർ ഓടിവരും. മിണ്ടാതിരുന്നില്ലേൽ എല്ലാറ്റിനേം ഞാൻ ചവിട്ടി പുറത്താക്കും."

അതോടെ മൗനം വീടിന് ഭൂഷണം ആയി മാറും.

മകൾ വീട്ടിൽ നിന്നും പോയാൽ ആകെ ഉറങ്ങിയ പോലെയാവും. രണ്ടുവയസ് ആയ സുന്ദരിയായ കൊച്ചുമകളുടെ കൂടെ ഞങ്ങൾ മുത്തച്ഛനും മുത്തശ്ശിയും കുഞ്ഞുങ്ങളായി മാറുകയാണ്. ഭർതൃവീട്ടിലേക്ക് പോകുമ്പോൾ മകൾക്ക് എസ്കോർട്ടായി ഞാനും പോകുന്നതാണ്. 'സ്വന്തം വീട്ടിൽനിന്ന് വരുമ്പോൾ കാര്യമായ കെട്ടൊന്നും കണ്ടില്ലേൽ ആ ഭദ്രകാളി മുഖം വീർപ്പിക്കും' എന്നാണ് അവൾ പറഞ്ഞത്. അതുകൊണ്ട് ഉണ്ണിയപ്പവും കിണ്ണത്തപ്പവും നിറച്ച വലിയൊരു സഞ്ചി എടുക്കാനുണ്ട്.

സൂപ്പർപാസ്റ്റ് സ്പീഡിലൊരു ബസ്സ് വരുന്നത് കണ്ടപ്പോൾ അവിടെ നിർത്തില്ല എന്ന് തോന്നിയെങ്കിലും സ്റ്റോപ്പിൽ തന്നെ നിർത്തി. പെട്ടെന്ന് അവൾ പറഞ്ഞു.

"ഈ ബസ്സിൽ പോകാം. തിരക്ക് കുറവാണ്."

എനിക്ക് ദേഷ്യം വന്നതിനാൽ അവളുടെ മുഖത്ത് നോക്കിയില്ല. കുട്ടിയെ എടുക്കാൻ കൈ നീട്ടിയപ്പോൾ എന്റെ കൈ തട്ടിമാറ്റിയിട്ട് പറഞ്ഞു.

'ഞാനെടുത്തുകൊള്ളാം'

അവളുടെ കുഞ്ഞല്ലേ; എടുത്തോട്ടെ. വർഷങ്ങൾക്കുമുൻപ് ഇതുപോലെ രണ്ട് കുട്ടികളെയും കൂട്ടി ഒറ്റക്ക് എത്രയോ തവണ ഞാനും ബസ്സിൽ പോയിട്ടുണ്ട്. അന്ന് അഞ്ച് വയസ്സുള്ള മൂത്ത കു

ട്ടിയായ ഈ മകളെ കൈ പിടിച്ച് ബസ്സിൽ കയറ്റിയ ശേഷം ഇളയ വളെ എടുക്കും; ഒപ്പം ചുമലിൽ വലിയ ബാഗും. അക്കാലത്ത് കു ട്ടികളുമായി ബസ്സിൽ കയറിയാൽ മറ്റുള്ളവർ സീറ്റ് ഒഴിഞ്ഞ് തരും. ഇന്ന് അത്തരം സൻമനസ് യാത്രക്കാർ മറന്ന മട്ടാണ്.

ബസ്സിലുള്ള തിരക്കിന് കുറവൊന്നും ഇല്ല. സാധാരണ പതി നൊന്ന് മണി സമയം യാത്രക്കാർ കുറഞ്ഞ് ബസ്സ് നഷ്ടത്തിലോടു ന്ന സമയമാണെങ്കിലും ഇപ്പോൾ വീട്ടമ്മമാർ വീട്വിട്ട് പട്ടണംചു റ്റുന്ന സമയമാണ്. ബസ്സിൽ കയറിയിട്ട് ലേഡീസ്സീറ്റിനു സമീപം എത്താൻപോലും കഴിയുന്നില്ല. ഇരിക്കുന്ന ഒരു മാന്യൻ മകളോട് പറഞ്ഞു,

"കുട്ടിയെ ഇങ്ങു താ,, ഞാൻ മടിയിൽ ഇരുത്താം."

"വേണ്ട"

അവളുടെ മറുപടി കേട്ട ഞാൻ പറഞ്ഞു,

"നല്ല തിരക്കല്ലേ, മോളൂട്ടിയെ അയാളുടെ കൈയിൽ കൊടു ക്ക്."

"അമ്മ മിണ്ടാതിരിക്ക്."

ഇവളുടെ ഈ സ്വഭാവം കണ്ടാൽ ആരെങ്കിലും ഇരിപ്പിടം കൊ ടുക്കുമോ? എടുത്ത് നിൽക്കട്ടെ, സ്വന്തം കുഞ്ഞല്ലേ, കൂടുതൽ പറ യാതെ ഒരു വശത്ത് നിന്നുകൊണ്ട് ഞാൻ ടിക്കറ്റെടുത്തു.

ബസ്സിൽനിന്നും ഇറങ്ങിയതോടെ എന്നിലുള്ള ദേഷ്യം പതഞ്ഞ് പൊങ്ങി,

"നിനക്കെന്താ അയാളുടെ മടിയിൽ കുട്ടിയെ ഇരുത്തിയാൽ? ഇനിയിപ്പൊ പുറംവേദന നടുവേദന എന്നൊക്കെ പറയാനല്ലേ. ഇ ങ്ങനെയായാൽ ഞാനില്ല; ബസ്സിൽ പോകുമ്പോൾ ഇനിമുതൽ ഭർ ത്താവിനെയോ അമ്മായിഅമ്മയെയോ വിളിച്ചാൽ മതി."

"അമ്മ എന്ത് അനാവശ്യമാ പറയുന്നത്? ആണുങ്ങളുടെ മടി യിൽ കുട്ടിയെ ഇരുത്താനോ?."

"എന്താ അയാൾ പിടിച്ചുതിന്നുമോ? നീ മാത്രമാണ് സ്വന്തം കു ട്ടിയെ എടുത്ത് ബസ്സിൽ കയറുന്നതെന്നാണ് നിന്റെ വിചാരം?."

"ഈ അമ്മ ഏത് ലോകത്താ ജീവിക്കുന്നത്? ആ ലേഖാ സുഭാ ഷ് പറഞ്ഞത് കേട്ടാൽ"

"കേട്ടാൽ"

"കേട്ടാൽ, ഒന്നുമില്ല; വിവരമില്ലാത്ത അമ്മയോടെന്തിനാ പറ യുന്നത്?"

അവൾ ബാക്കി പറയാതെ മുന്നിൽ നടക്കുകയാണ്. പണ്ടേ ഇങ്ങനെയാണ്; ക്ലൈമാക്സിൽ വന്നിട്ട് സഡൻബ്രേയ്ക്ക് ചെയ്യും.

എപ്പോഴും ഏത് കാര്യത്തിനും അവൾക്കൊരു ലേഖാ സുഭാഷ്. സ്വന്തം അമ്മ പറയുന്നത് കേൾക്കാതെ കൂടെ പഠിപ്പിക്കുന്ന പൊങ്ങച്ചക്കാരിയായ ലേഖ പറയുന്നത് കേട്ടാണ് സ്വന്തം മകളെ വളർത്തുന്നത്. ഉം നടക്കട്ടെ, എന്നാലും.

"നിന്റെ ലേഖ പറഞ്ഞത് കുട്ടികളെ കൂട്ടി തിരക്കുള്ള ബസ്സിൽ പോകണമെന്നാണോ?"

"മര്യാദക്ക് കേൾക്കുന്നുണ്ടെങ്കിൽ മാത്രം പറയാം. ഒരുദിവസം മൂന്ന് വയസുള്ള മകളെയും എടുത്ത് ലേഖ തിരക്കുള്ള ബസ്സിൽ കയറിയപ്പോൾ ഒരുത്തന്റെ മടിയിൽ കുത്തനെ ഇരുത്തി. പിന്നിലുള്ള സീറ്റിൽ ഇരിപ്പിടം കിട്ടിയപ്പോൾ ലേഖ അവിടെ പോയിരുന്നു. അവിടെനിന്ന് നോക്കിയപ്പോൾ അയാളുടെ മടിയിൽ ഇരുന്ന് മകൾ ചിരിക്കുന്നത് കണ്ടു. അര മണിക്കൂർ യാത്രചെയ്ത ശേഷം കുട്ടിയോടൊപ്പം ബസ്സിൽ നിന്നിറങ്ങിയ ഉടനെ അമ്മ മകളോട് ചോദിച്ചു, "അങ്കിൾ എന്ത് പറഞ്ഞിട്ടാ നീ ചിരിച്ചത്?" എന്ന്. അപ്പോൾ മകൾ ലേഖയോട് പറഞ്ഞു."

ബാക്കി പറയാൻ അവൾക്കൊരു പ്രയാസം. ഞാൻ ചോദിച്ചു,

"കുട്ടി എന്താ അമ്മയോട് പറഞ്ഞത്?"

"പറഞ്ഞത്... അത് മമ്മി വരുന്നതുവരെ ആ അങ്കിള് കുപ്പായത്തിന്റെ ഉള്ളിൽ കൈയിട്ട് കൊറേ സമയം ഇക്കിളിയാക്കുകയാണെന്ന്."

അവൾ ഇടറിയ സ്വരത്തിൽ പറഞ്ഞപ്പോൾ എനിക്ക് ചുറ്റും എന്തൊക്കെയോ കറങ്ങിനടന്ന് തലയാകെ ചൂടുപിടിക്കുന്നതായി തോന്നി.

"എന്റെ ദൈവമേ..."

മുന്നിൽ നടക്കുന്ന മകൾ കൊച്ചുകുട്ടിയായിരുന്നപ്പോൾ എത്രയോ തവണ ബസ്സിൽ നിന്നുകൊണ്ട് ഞാൻ യാത്ര ചെയ്തിട്ടുണ്ട്. അപ്പോൾ ഏതെങ്കിലും അങ്കിളിന്റെ മടിയിൽ അവളെ ഞാൻ ഇരുത്തിയിട്ടുണ്ടാകുമോ?

******

ഒരുപിടി ചോറ്

ഏകാന്തതയുടെ തടവറയിൽ തളക്കപ്പെട്ട വൃദ്ധയെ ഏതോ ഒരു നിമിഷത്തിൽ മരണംവന്നു രക്ഷപ്പെടുത്തി. ഉന്നതസ്ഥാനീയരായ മക്കളാരും അടുത്തില്ലാത്ത നേരത്ത് ആരെയും വിളിക്കാതെ ആരെയും വിഷമിപ്പിക്കാതെ മരണത്തിലേക്ക് അവരങ്ങനെ വഴുതിവീണു. ഓണാഘോഷത്തിന്റെ അവധികഴിഞ്ഞ് കോളേജ് തുറന്ന തിങ്കളാഴ്ച, ഞങ്ങളുടെ വിദ്യാർത്ഥികൾ ഇന്റർവെൽ നേരത്ത് വെളിയിൽപോയി വന്നപ്പോൾ പറഞ്ഞു,

"അടുത്തവീടിന്റെ വാതിൽ അകത്തുനിന്ന് അടച്ചിക്കുന്നു, അവിടെയുള്ള അമ്മയെ എത്രവിളിച്ചിട്ടും അനക്കമില്ല."

പെട്ടെന്നുതന്നെ ഞങ്ങളെല്ലാവരും ആ വീടിന്റെ വരാന്തയിൽ എത്തി. പൂട്ടിയ വാതിലും ജനലും ശക്തമായി മുട്ടുകയും വിളിക്കുകയും ചെയ്തെങ്കിലും അകത്തുനിന്ന് അനക്കമൊന്നും കേട്ടില്ല. തുടർന്ന് വൃദ്ധയുടെ സീമന്തപുത്രനെ പ്രിൻസിപ്പാൾ ഫോൺചെയ്തിട്ട് കാര്യം പറഞ്ഞു.

സമീപമുള്ള പട്ടണത്തിൽ ബിസിനസ് നടത്തുന്ന മകൻ സ്വന്തം വണ്ടിയിൽ ഓടിവന്ന് വാതിൽചവിട്ടി തുറന്നപ്പോൾ കണ്ടു, അവനെ പത്തുമാസം ചുമന്ന് മുലപ്പാൽ നൽകി വളർത്തി വലുതാക്കിയ അമ്മയതാ വെറും നിലത്ത് മരിച്ചുകിടക്കുന്നു. ആ നേരത്ത്, ഒരിറ്റ് വെള്ളത്തിനാവണം തുറന്ന വായ അടച്ചിട്ടില്ല. ഒരു നിമിഷം, അവനൊന്ന് ചെറുതായി ഞെട്ടിയോ?

എത്രയോ ദിവസങ്ങളായി ഒറ്റക്കു താമസിക്കുന്ന ആ വൃദ്ധയെ തീറ്റിപോറ്റുന്നത് ഞങ്ങൾ അദ്ധ്യാപകരാണെന്ന് പറയാം. കോടികൾ വിലമതിക്കുന്ന സ്വത്തിന്റെ ഉടമയായ അവരുടെ കെട്ടിട സമുച്ചയത്തിന്റെ ഒരു ഭാഗത്താണ്, 'അഭ്യസ്ഥവിദ്യരായ തൊഴിലില്ലാപ്പട' പാരലൽ കോളേജ് നടത്തുന്നത്. കണക്കുപറഞ്ഞ് വാടകപിരിക്കാൻ വരുന്നതുകൊണ്ട് മൂത്ത മകനെമാത്രം ഞങ്ങളിൽ ചിലർക്ക് പരിചയമുണ്ട്.

വളരെക്കാലമായി ഏകാന്തതയും ഇരുട്ടും തളംകെട്ടിനിന്ന അവിടെ പെട്ടെന്നുതന്നെ ജനങ്ങളെക്കൊണ്ടും വാഹനങ്ങളെക്കൊണ്ടും നിറഞ്ഞു. അറിയപ്പെടുന്ന വ്യക്തികളുടെ അമ്മ ആയതിനാൽ പട്ടണത്തിലെ പൂക്കടകളിൽ അവസാനമെത്തിയ പൂക്കളും പൂമൊട്ടുകളും ചേർത്ത്, റീത്തുകളും മാലകളുമായി രൂപാന്തരപ്പെട്ട് മരണവീട്ടിലെത്തി. ഒടുക്കം ശ്മശാനത്തിലേക്കുള്ള വിലാപയാത്രയിൽ പങ്കെടുത്ത വാഹനങ്ങൾ കാരണം റോഡിൽ തടസ്സങ്ങൾ ഉണ്ടായിക്കൊണ്ടിരിക്കെ മോഹങ്ങളും മോഹഭംഗങ്ങളും ചേർന്ന് ഒരു പിടി ചാരമായി അവർ മാറി.

തിരിച്ച് കോളേജിലേക്ക് വരുമ്പോൾ മലയാളം അദ്ധ്യാപകൻ ഷെറിൻ തോമസ് പാട്ടുപാടി.

“അപ്പാവം ജീവിച്ച നാളവരെ തുണക്കാത്ത മക്കൾ
തൽപ്രാണനെടുത്തപ്പോൾ കാണുവാൻ ഓടിയെത്തി.”

അതെ, ശരിക്കും ഓടിയെത്തുക തന്നെയായിരുന്നു. നാല് മക്കളിൽ മൂന്ന് ആൺമക്കളും ഓടിയെത്തി. പക്ഷെ, ഓടിയെത്താൻ മാത്രം അടുത്തുള്ളതാണെങ്കിലും മകൾ മാത്രം വന്നില്ല. പരീക്ഷ എഴുതേണ്ട സ്വന്തം മകനെ തനിച്ചാക്കിയിട്ട് അമ്മയുടെ മൃതശരീരം കാണാനെങ്ങിനെ പോകും? പകരം മകളുടെ ഭർത്താവും ബന്ധുക്കളും വന്നിട്ടുണ്ട്, അത്രയും ചെയ്തല്ലൊ.

അവർ മരിച്ചതിന്റെ മൂന്നാം ദിവസം, ഞങ്ങൾ അദ്ധ്യാപകരെല്ലാം ആ വീട്ടിൽ പോയി. അവിടെയുള്ള അന്തരീക്ഷം ഒട്ടാകെ മാറിയിരിക്കുന്നു. മുൻപെല്ലാം ഇരുട്ടിന്റെ ആവരണംകൊണ്ട് പൊതിഞ്ഞ ഓടുമേഞ്ഞ വലിയ ഇരുനിലവീട്ടിൽ, വീട്ടുകാരിയുടെ മരണത്തോടെ കാറ്റും വെളിച്ചവും ശബ്ദവും അതിക്രമിച്ച് കടന്നിരിക്കയാണ്. ബന്ധുക്കളും നാട്ടുകാരും ചേർന്ന് മരണം ആഘോഷമാക്കി മാറ്റിയിരിക്കുന്നു. മരണമന്വേഷിച്ച് വരുന്നവർക്കെല്ലാം ഇഷ്ടം പോലെ ഭക്ഷണംകൊടുത്ത് സൽക്കരിക്കുന്നുണ്ട്.

വിശാലമായ മുറ്റത്തിന്റെ തെക്കെമൂലയിൽ അവർക്കായി നിവേദിച്ച ബലിച്ചോറ് ഉരുളകളായി അതേപടി കിടപ്പാണ്. ഇന്നത്തെ കാലത്ത് വീട്ടിൽനിന്നും പുക ഉയരുന്നതുകണ്ടാൽ അതൊരു ആഘോഷമാണെന്ന തിരിച്ചറിവിൽ പറന്നെത്തുന്ന കാക്കകളൊന്നും എത്തിനോക്കിയില്ല. വളരെക്കാലമായി ഒരു വറ്റുപോലും കിട്ടാത്തതു കൊണ്ടായിരിക്കാം, ആ വീടിനെയും ബലിച്ചോറിനെയും കാ

ക്കകൾ അവഗണിച്ചിരിക്കുന്നു.

ഏതോ ഒരു ദിവസം.

അപ്രതീക്ഷിതമായാണ് ആ വൃദ്ധയെ പരിചയപ്പെട്ടത്. പാരലൽ കോളേജ് കെട്ടിടത്തിന്റെ ഉടമ എന്നതിൽ കവിഞ്ഞ്, അവർ നമ്മുടെ ആരൊക്കെയോ ആയിരുന്നു എന്നൊരു തോന്നൽ ഏതാനും ദിവസത്തെ പരിചയം കൊണ്ട് ഉണ്ടായിരുന്നു.

പഠനത്തിനു ശേഷം ജോലി, അതും സർക്കാർ ജോലി? ആ സ്വപ്നം പൂവണിയുന്നതിനു മുൻപുള്ള ഇടത്താവളമാണ് പാരലൽ കോളേജ്. ഇവിടെ ജോലി ചെയ്യുന്ന ചെറുപ്പക്കാരായ പ്രിൻസിപ്പാളും അദ്ധ്യാപകരും ഒരുപോലെ ഒരേ പോലുള്ള സ്വപ്നം കാണുന്നവരാണ്. ആ സ്വപ്നത്തിൽ എല്ലായ്പ്പോഴും സർക്കാർ ഓഫീസ് ഉണ്ടാവും. അതിനിടയിൽ കൂട്ടത്തിൽ ചിലർക്ക് മെച്ചപ്പെട്ട ജോലി ലഭിച്ചാൽ സ്ഥാപനം വിട്ട് യാത്രയാവും. അങ്ങനെ ജോലി കിട്ടിയവനെ സന്തോഷത്തോടെ യാത്രയയക്കുമ്പോൾ മറ്റുള്ളവരുടെ ഉള്ളിൽ ഒത്തിരി നൊമ്പരത്തോടൊപ്പം ഇത്തിരി അസൂയ കൂടി ഉണ്ടാവും. ഏതാനും ചിലർക്ക് ഭാഗ്യം വരുന്നത് ഗൾഫിലേക്കുള്ള വിസയുടെ രൂപത്തിലായിരിക്കും. അപ്പോഴൊക്കെ ഉണ്ടാവുന്ന സന്തോഷം അനിർവചനീയമാണ്.

അവശയായ ആ സ്ത്രീയെ ആദ്യമായി കാണാനിടയായ സന്ദർഭം വെറുതെയൊന്ന് ഓർത്തുപോയി. ഏതാണ്ട് ആറ് മാസം മുൻപാണ് ഈ വീട്ടിൽ വരാനിടയായത്; ഇംഗ്ലീഷ് പഠിപ്പിക്കുന്ന സുഹാസിന്റെ കൂടെ, മറ്റുള്ളവരുടെ കൂടെ ഉച്ചഭക്ഷണപ്പൊതി തുറക്കുമ്പോൾ സുഹാസ് വിളിച്ചുപറഞ്ഞു,

“ആരെങ്കിലും എന്റെ കൂടെ വരുന്നുണ്ടോ? ആ വീട്ടിൽപോയിട്ടാ ഞാൻ ഭക്ഷണം കഴിക്കുന്നത്. മര്യാദക്ക് കൈ കഴുകാൻ വെള്ളം കിട്ടും.”

അവൻ പറഞ്ഞത് ശരിയാണ്; അതിരാവിലെ മേരിചേച്ചി എത്തിക്കുന്ന ഒരു ബക്കറ്റ് വെള്ളംകൊണ്ട് ഇവിടെയുള്ളവർ അഡ്ജസ്റ്റ് ചെയ്യണം. സുഹാസിന്റെ കൂടെ ഞാനും പോയപ്പോൾ ആദ്യമായി അവരെ കണ്ടു. പ്രായം കൂടി അവശനിലയിലായ പരസഹായത്താൽ മാത്രം ജീവിതം തള്ളിനീക്കേണ്ട അവസ്ഥയിലുള്ള ഒരു വൃദ്ധ. ജീവിച്ചിരുന്ന കാലത്ത് ഒരു രാജ്ഞികണക്കെ വാണതാണെന്ന് മുഖം കണ്ടാൽ അറിയാം. ചുളിവുകൾ വ്യാപിച്ച ശരീര

വും വെള്ളിക്കമ്പികളായ എണ്ണമയമില്ലാത്ത മുടിയും. കാണാനും കേൾക്കാനും പറയാനും നടക്കാനും അവർ അനുഭവിക്കുന്ന പ്ര യാസം മുഖത്ത് നോക്കിയാൽ അറിയാം. ആഭരണങ്ങൾ അണി യാത്തത് കള്ളന്മാരെ പേടിച്ചാവാം. അവർ ഒറ്റക്ക്, അനേകം മുറി കളുള്ള ആ വലിയ വീട്ടിൽ താമസിച്ച് ദിവസങ്ങൾ എണ്ണിത്തീർ ക്കുകയാണെന്ന് അറിഞ്ഞപ്പോൾ ഞാനൊന്ന് ഞെട്ടി.

ഊന്നുവടിയുടെ സഹായത്താൽ പതുക്കെനടന്ന് നോക്കിയശേ ഷം അവരെന്നോട് ചോദിച്ചു,

"മോന്റെ പേരെന്താ?"

"രമേശൻ"

"മോന്റെ അച്ഛന്റെ പേരൊ?"

"അവന്റെ അച്ഛൻ ഗംഗാധരൻ നായരാണ്"

എനിക്കെന്തെങ്കിലും പറയാൻ കഴിയുന്നതിനു മുൻപ് സുഹാ സ് ഇടക്കുകയറി പറഞ്ഞപ്പോൾ പെട്ടെന്ന് ദേഷ്യം വന്നെങ്കിലും അവനോട് ഒരക്ഷരവും പറഞ്ഞില്ല. എന്റെ അച്ഛന്റെ പേരിൽ ഇവ നെന്തിനാണ് കള്ളം പറയുന്നത്? ഇതെങ്ങാനും അമ്മ അറി ഞ്ഞാൽ...

അത് കേട്ടപ്പോൾ സന്തോഷത്തോടെ അവർ പറഞ്ഞു.

"ഓ, നായരാണോ? എവിടെയാ വീട്? എനിക്കറിയുന്നതായി രിക്കും."

"ഇവനീ നാട്ടുകാരനല്ല, വീട് പാലക്കാടാണ്."

എന്റെ ബയോഡാറ്റ മൊത്തത്തിൽ സുഹാസ് ഏറ്റെടുത്തിരിക്ക യാണ്. ഭക്ഷണം കഴിച്ച് ഇറങ്ങുന്നതുവരെ ഞാനൊന്നും പറ ഞ്ഞില്ല. വെളിയിൽ എത്തിയപ്പോൾ അടക്കിനിർത്തിയ ദേഷ്യം മു ഴുവൻ അണപൊട്ടി ഒഴുകി.

"നീയെപ്പോഴാടാ എന്റെ അച്ഛന്റെ പേരും നാടും തീരുമാനി ക്കാൻ തുടങ്ങിയത്?"

"അത് നീ കുഴപ്പത്തിൽ ചാടാതിരിക്കാനല്ലേ. നീ അച്ഛന്റെ പേ ര് പറഞ്ഞാൽ അവർ ജാതി ചോദിക്കും; നീ പറയും. ഉയർന്ന ജാ തി അല്ലെങ്കിൽ നിന്നെയവർ അകറ്റിനിർത്തും. അതൊഴിവാക്കാ നാണ്."

"ഇങ്ങനെയുള്ള വീട്ടിലേക്കിനി ഞാനില്ല. കുഴിയിലേക്ക് കാല് നീട്ടിയിട്ടും ജാതിപ്പിരാന്ത്?"

"അവരുടെ സ്വഭാവം എന്തായാലും, നമുക്ക് ആവശ്യം നിർവ്വഹിച്ചാൽ പോരേ?"

അത് ശരിയാണല്ലോ; ഇവിടെ ആരും കമ്മ്യൂണിറ്റി സർട്ടിഫിക്കറ്റ് ചോദിക്കില്ലല്ലോ, സുഹാസ് ഒരാഴ്ച മുൻപാണ് ആ വീട്ടിലെത്തിയത്, ഇപ്പോൾ ഞാനും എത്തി. ഒരാഴ്ച കഴിഞ്ഞപ്പോൾ ഉച്ചഭക്ഷണം കഴിക്കാൻ ആ വീട്ടിലെത്തുന്ന അദ്ധ്യാപകരുടെ എണ്ണം അഞ്ചായി.

വീടിന്റെ വരാന്തയിൽവെച്ച് ചിരിയും തമാശ പറച്ചിലുമായി ഞങ്ങൾ ഭക്ഷണം കഴിക്കുന്നതു നോക്കിയിട്ട് ആ സ്ത്രീ വാതിലിനു സമീപമുള്ള കസാരയിലിരുന്ന് മകളെപറ്റി നിർത്താതെ സംസാരിക്കും. ഇരുപത് വർഷംമുൻപ് മരിച്ചുപോയ, കൃഷിയും കച്ചവടവും തൊഴിലാക്കിയ ഭർത്താവിനെ കുറിച്ചുള്ള മധുരസ്മരണകൾ ഞങ്ങളോട് വിവരിക്കും. മക്കളുടെ കൂടെ പോകാത്തത് അവർക്കൊരു ഭാരമായി മാറാൻ ഇഷ്ടപ്പെടാത്തതു കൊണ്ടാണെന്ന് ഇടയ്ക്കിടെ പറയും. ഞങ്ങളെല്ലാം അവരെ അമ്മേ, എന്ന് വിളിച്ചപ്പോൾ പല്ലില്ലാവായ കാട്ടിയുള്ള ചിരി, ഒരിക്കലും മായാത്ത ചിത്രമായി മനസ്സിൽ കുടിയേറി. എന്നാൽ, ഭക്ഷണം കഴിക്കുന്നതിനിടയിലുള്ള അവരുടെ നോട്ടത്തിൽ നിന്നും, കൊതിപിടിക്കുമോ എന്നൊരു ചിന്ത ചിലനേരത്ത് എന്നിലുണർന്നു.

ഒരുദിവസം ഭക്ഷണം പൂർണ്ണമായി കഴിക്കാതെ പാത്രംകഴുകാൻ പോകുമ്പോൾ അവർ പെട്ടെന്ന് പറഞ്ഞു.

"അയ്യോ, ചോറ് കളയുകയോ? ഇങ്ങോട്ട് താ; ഇവിടെ വരുന്ന ആർക്കെങ്കിലും കൊടുക്കാം."

അവർ നീട്ടിയ സ്റ്റീൽപാത്രത്തിൽ അവശേഷിച്ച വറ്റുകളെല്ലാം ഞങ്ങൾ കുടഞ്ഞിട്ടു.

പിന്നെ അതൊരു പതിവായി. ഒരു മണിയാവുന്നതും ഞങ്ങൾ വരുന്നതും കാത്ത്, പാത്രവുമായി അവരെന്നും ആ വലിയ വീടിന്റെ വരാന്തയിൽ ഇരിപ്പുണ്ടാവും.

ഒരാഴ്ച കഴിഞ്ഞ് മേരിചേച്ചി പറഞ്ഞതു കേട്ടപ്പോഴാണ് കാര്യങ്ങൾ ശരിക്കും അറിഞ്ഞത്.

"അമ്മ നമ്മുടെ കൈയിൽനിന്നും ചോറ് വാങ്ങുന്നത് അവർക്കുതന്നെ കഴിക്കാനാണ്".

അവരുടെ നാല് മക്കളിൽ മൂത്തവൻ വലിയ ബിസിനസ്സ്കാരൻ

അടുത്ത പട്ടണത്തിൽ താമസിക്കുന്നു. അനേകം കെട്ടിടങ്ങളുടെ ഉടമയായ അയാളാണ് മാസംതോറും വാടക പിരിക്കാൻ കോളേജിൽ വരുന്നത്. പിന്നെ രണ്ടാമൻ വക്കീൽ തലസ്ഥാനനഗരിയിൽ കുടുംബസമേതം താമസമാണ്. മൂന്നാമത്തവൻ തമിഴ്നാട്ടിൽ ഹോട്ടൽവ്യവസായം നടത്തി ഭാര്യയും മക്കളുമായി സസുഖം വാഴുന്നു. അവസാനത്തെ കണ്മണിയായ മകൾ തൊട്ടടുത്ത ജില്ലയിൽ എഞ്ചിനീയറായ ഭർത്താവും രണ്ട് മക്കളുമായി ജീവിക്കുന്നു. ഇവിടെ അടുത്തുള്ള സ്ഥലങ്ങളും കെട്ടിടങ്ങളും വൃദ്ധയുടെ പേരിലാണ്. അതു നോക്കിനടത്താനും ആദായം വാങ്ങാനുമല്ലാതെ അമ്മയെ നോക്കാനായി സീമന്തപുത്രൻ വീട്ടിൽ വന്നിട്ടില്ല. അവർക്ക് അമ്മയെ വേണ്ട, അമ്മയുടെ കോടികൾ വിലമതിക്കുന്ന സ്വത്ത് മാത്രം മതി.

ഇതെല്ലാം കേട്ട ഞങ്ങൾ മേരിചേച്ചിയോട് സംശയം ചോദിച്ചു,

“അപ്പോൾ ഇത്രയും പ്രായമായ അവരെങ്ങനെയാ ഒറ്റക്ക് ജീവിക്കുന്നത്? കാലം മോശമാണല്ലൊ, രാത്രിയിലൊക്കെ ഒറ്റക്കാണോ?”

“ഓ അവരങ്ങനെ ജീവിച്ചോളും, എന്നാ മൂത്തമകൻ പറഞ്ഞത്. പാവം എത്ര പണമുണ്ടായിട്ടും പട്ടിണി കിടക്കാനാണ് യോഗം! ചിലദിവസം അവർക്ക് കഴിക്കാനുള്ള ചോറ് ഞാൻ കൊടുക്കാറുണ്ട്. ഇപ്പോൾ നിങ്ങളുടെ വക ഉച്ചഭക്ഷണം ഉണ്ടല്ലോ. നമ്മൾ എന്തുചെയ്താലും ആ തള്ളക്ക് സംശയമാ, വീട്ടിൽ കയറിയാൽ വല്ലതും അടിച്ചുമാറ്റുന്നുണ്ടോ എന്ന് നോക്കാൻ പിന്നാലെ നടക്കും. പിന്നെ കള്ളന്മാരൊന്നും വരില്ല, കാരണം അവിടെ കയറിയവന് അദ്ധ്വാനത്തിന്റെ ചെലവിനുപോലും കിട്ടില്ല. പിന്നെ പച്ചവെള്ളമല്ലാതെ തിന്നാനും കുടിക്കാനുമായി മറ്റൊന്നും അവിടെയില്ല”

മേരിചേച്ചി പറഞ്ഞതുകേട്ട് ഞങ്ങൾ ഞെട്ടി.

“എന്നാലും അവരെ സഹായിക്കാൻ ഒരാളെ നിർത്തിക്കൂടെ? ഒരു ഹോംനേഴ്സ്.”

“അവർക്ക് ആരെയും വിശ്വാസമില്ല; പിന്നെ ആൺമക്കൾ കൊടുക്കുന്ന പണമെല്ലാം കൂട്ടിവെച്ച് മകൾക്ക് കൊടുക്കും. അതുകൊണ്ട് ആരും ഒന്നും കൊടുക്കാറില്ല‘

ഒരേയൊരു മകൾ, അവളാണ് അമ്മയെ അവസാനമായി കാണാൻ പോലും വരാഞ്ഞത്.

മക്കൾ നല്ലവരായതുകൊണ്ട് അമ്മയെ ഉപദ്രവിച്ചില്ല. പത്രവാർത്തകളിൽ കാണാറുള്ളതുപോലെ അവശയായ അമ്മയെ വാഹനത്തിൽ കയറ്റി പൂച്ചയെയോ പട്ടിയെയോ തള്ളുന്നതുപോലെ ആളില്ലാറോഡിൽ തള്ളിയില്ലല്ലോ,, കാര്യങ്ങൾ ഇങ്ങനെയൊക്കെ ആണെങ്കിലും ഞങ്ങൾ കൊടുക്കുന്ന ചോറിന്റെ അളവ് കൂട്ടുകയാണ് ചെയ്തത്. ഒരുനേരം മാത്രമുള്ള അന്നമല്ലേ,,

വൈകുന്നേരം വീട്ടിലെത്തിയാൽ പലപ്പോഴും വൃത്തിയാക്കാത്ത എന്റെ ലഞ്ച്ബോക്സിൽ ബാക്കിവന്ന ചോറുണ്ടാവും. ഏതാനും ദിവസങ്ങളായി കഴുകി വൃത്തിയാക്കിയ ലഞ്ച്ബോക്സ് കണ്ടപ്പോൾ അമ്മക്ക് വളരെ സന്തോഷം. അതോടൊപ്പം ചോറിന്റെ അളവ് കൂട്ടാൻ പറഞ്ഞപ്പോൾ സന്തോഷം ഇരട്ടിച്ചു. മനസ്സിന്റെ അടിത്തട്ടിലുള്ള ഒരു വിങ്ങൽ കാരണം, അതിലൊരു പങ്ക് മറ്റൊരാൾക്ക് കൊടുക്കുന്നു എന്ന് വീട്ടിലാരോടും പറയാൻ കഴിഞ്ഞില്ല. പറഞ്ഞാൽ അമ്മയുടെ പ്രതികരണം എന്താണെന്ന് കേൾക്കാനുള്ള ശക്തി എനിക്കില്ലാതെപോയി.

അവധിക്ക് കോളേജ് അടക്കുന്ന ദിവസം,,, തിരുവോണം കഴിഞ്ഞ് കാണാമെന്ന് പറഞ്ഞാണ് ഞങ്ങൾ ഓരോആളും അവരോട് യാത്ര ചോദിച്ചത്. അത് അവസാനത്തെ യാത്ര ചോദിക്കലാണെന്ന് വിശ്വസിക്കാനേ ആവുന്നില്ല.

ഇന്ന്...

മൂന്നാം ദിവസമായിട്ടും മരണവീട്ടിൽ ധാരാളം ആളുകൾ വരുന്നുണ്ട്. ഭക്ഷണശേഷം തിരികെ കോളേജിലേക്ക് നടക്കുന്നതിനിടയിൽ സംഭാഷണമദ്ധ്യേ ഞട്ടിക്കുന്ന കാര്യം ഷെറിൻ തോമസ് പറഞ്ഞു,

“കോളേജ് അവധി ആയതിനാൽ ഞങ്ങൾ കൊടുക്കുന്ന ചോറിനെമാത്രം ആശ്രയിക്കുന്ന വൃദ്ധ ഭക്ഷണം ലഭിക്കാതെ പട്ടിണി കിടന്നാണോ മരിച്ചത്?”

“തിരുവോണനാളിലും അവർ പട്ടിണി ആയിരിക്കുമോ? ചിന്തിക്കുമ്പോൾ ആകെയൊരു വിഷമം.”

“ഞെ, അങ്ങനെയാവാൻ സാധ്യതയില്ല, ഒരാഴ്ചമുൻപ് തിരുവോണദിവസം മക്കളിൽ ആരെങ്കിലും വന്നിരിക്കാം.”

സുഹാസ് പറഞ്ഞത് അവിശ്വസനീയമായി തോന്നിയെങ്കിലും അതു ശരിയാവണേ എന്ന് വെറുതേയൊന്ന് കൊതിച്ചുപോയി. മ

ക്കളും ചെറുമക്കളുമെല്ലാം വീട്ടിൽവന്നിട്ട് പ്രായമായ അമ്മയോടൊത്ത് അവരുടെ അവസാനത്തെ ഓണസദ്യകഴിച്ച് ആഘോഷിക്കുന്ന രംഗം മനസ്സിലേക്കുയർന്നു...

അങ്ങനെ സംഭവിച്ചിരിക്കുമോ?

ഷെറിൻ തോമസ് പാടുകയാണ്,

‘പാവം... അവശയായ നാൾ; അവരെ നോക്കാത്ത മക്കൾ.
പ്രാണൻ, പോയെന്നറിഞ്ഞപ്പോൾ; കാണുവാൻ വന്നെത്തി.
അമ്മയോടൊത്ത്, അന്ത്യനാളിൽ; ഓണമുണ്ണാത്ത മക്കൾ.
അമ്മയില്ലെന്നറിയും നേരം; ഓണമായി വന്നെത്തി’

******

അഭ്യുദയകാംക്ഷി

ഭാര്യയെ തല്ലിയത് തെറ്റാണെന്ന് ദിവാകരൻ മാസ്റ്റർക്ക് ഒരിക്കലും തോന്നിയിരുന്നില്ല. അടി കുറച്ചുകൂടി നേരത്തെ ആവാമായിരുന്നു എന്നാണ് അടിച്ചനിമിഷംതൊട്ട് തോന്നിയത്. അവളുടെ സുന്ദരമായ കവിൾത്തടം അടികൊണ്ട് ചുവന്നത് ഇന്നലെ വൈകുന്നേരമാണെങ്കിലും അതിന്റെ പ്രത്യാഘാതങ്ങൾ ഇന്ന് ഉച്ചയാവാറായിട്ടും നിശ്ശബ്ദമായി അലയടിക്കുകയാണ്. തെറ്റ് കണ്ടാൽ അദ്ധ്യാപിക ആയ ഭാര്യയെയും അടിച്ച് നന്നാക്കേണ്ടത് ഭർത്താവിന്റെ കടമയാണ് എന്ന് വിശ്വസിക്കുന്നുണ്ടെങ്കിലും അങ്ങനെയൊരടി കാരണം വീടിന്റെ താളം പിഴച്ചിരിക്കയാണെന്ന് മാസ്റ്റർക്ക് പതുക്കെ തോന്നാൻ തുടങ്ങി.

ഇന്നലെ വൈകുന്നേരം സ്ക്കൂളിൽനിന്നും അവൾവന്നത് പതിവുപോലെ വൈകിയായിരുന്നു. നാല് മണിക്ക് സ്ക്കൂൾ വിട്ടാൽ അരമണിക്കൂർ ബസ്യാത്ര ചെയ്ത് അഞ്ച് മണിക്ക് വീട്ടിലെത്തേണ്ടതാണെങ്കിലും സമയം അഞ്ചര കഴിഞ്ഞു. അതുപോലുള്ള വേറൊരു ഹൈസ്ക്കൂളിൽ തന്നെയാണ് തന്റെ തൊഴിലെങ്കിലും എന്നും അഞ്ച്മണിക്ക് മുൻപായി വീടിനു മുന്നിലെത്തിയിട്ട് ഗെയ്റ്റ് തുറക്കുന്ന നേരത്ത് അടച്ചുപൂട്ടിയ വീട് കാണുമ്പോൾതന്നെ കലിയിളകാൻ തുടങ്ങും. ജോലി ചെയ്തു ക്ഷീണിച്ചു വരുന്ന ഭർത്താവിനെ സ്വീകരിക്കാൻ കൈയിൽ ചൂടുള്ള ചായയും മുഖത്ത് സ്നേഹം വിടരുന്ന പുഞ്ചിരിയുമായി പൂമുഖവാതിലിനു മുന്നിൽ വരുന്ന ഭാര്യയെ ലഭിക്കണമെങ്കിൽ അവളെ ജോലിക്ക് വിടരുത്, എന്ന് സഹപ്രവർത്തകരിൽ ചിലർ പറയുന്നത് അസൂയകൊണ്ടാണെങ്കിലും അത് ശരിയാണെന്ന് ദിവാകരൻ മാസ്റ്റർക്ക് പലപ്പോഴും തോന്നിയിട്ടുണ്ട്.

അങ്ങനെ ചിന്തിച്ചിരിക്കുമ്പോഴാണ് അഭ്യുദയകാംക്ഷിയുടെ ഫോൺ വന്നത്. തുടർന്ന് അഞ്ചര കഴിഞ്ഞ് അവൾ വന്നുകയറിയപ്പോൾ വളരെക്കാലമായി അണകെട്ടി നിർത്തിയ ദേഷ്യം അടിയു

ടെ രൂപത്തിൽ വെളിയിൽ വന്നു. വിദ്യാർത്ഥികളെ ക്ലാസ്സിൽവെച്ച് തല്ലുന്നതുപോലെ ഭാര്യയെ തല്ലാൻ പാടുണ്ടോ, എന്നൊന്നും ആ നേരത്ത് ചിന്തിച്ചിരുന്നില്ല.

മനുഷ്യന്റെ ക്ഷമക്കും ഒരതിരില്ലേ?

എന്നും അതിരാവിലെ ചായകുടി പതിവാണ്, അതിനുശേഷമാണ് പത്രപാരായണം. പിന്നീട് പറമ്പ്ചുറ്റി നടന്നതിനുശേഷം ചൂടുവെള്ളത്തിൽ കുളിച്ച് പ്രഭാതഭക്ഷണം കഴിക്കുമ്പോഴേക്കും ഇസ്ത്രിവെച്ച വസ്ത്രങ്ങളും ചോറ്റുപാത്രവും അവൾ മേശപ്പുറത്ത് വെച്ചിരിക്കും. അതിനിടയിൽ ഏതോനേരത്ത് അവളും സ്ക്കൂളിലേക്ക് പോകാൻ തയ്യാറായതിനുശേഷം വൈകുന്നേരം വാങ്ങാനുള്ള അവശ്യവസ്തുക്കളുടെ ലിസ്റ്റ് നൽകിയിട്ട് കുടയും ബാഗുമെടുത്ത് തനിക്കുമുൻപേ ഓടും. സ്ക്കൂളിൽ വൈകിയെത്തുന്നത് പതിവാക്കിയ ദിവാകരൻ മാസ്റ്റർക്ക്, ഭാര്യയുടെ കൃത്യനിഷ്ഠ എന്നും ആശ്ചര്യമായിരുന്നു.

മറ്റുള്ളവർക്കിടയിൽ മാതൃകാദ്ധ്യാപിക എന്ന് പേരെടുത്ത അവൾ കാട്ടിക്കൂട്ടുന്നതെല്ലാം വെറും പുറംമോടിയാണെന്നും മനസ്സ് ഒരു വഞ്ചകിയുടെതാണെന്നും അറിയാൻ തുടങ്ങിയത് അടുത്ത കാലത്താണ്. ദുഷ്ട, രാക്ഷസി, വഞ്ചകി, വേശ്യ, ദിവാകരൻ മാസ്റ്റർ സ്വന്തം ഭാര്യക്ക് യോജിച്ച പദങ്ങൾക്ക് വേണ്ടി മനസ്സിലെ ഡിക്ഷനറി തുറന്നുവെച്ചു.

ചിന്തകൾക്ക് വിരാമമിട്ടത് അസഹനീയമായ വിശപ്പാണ്, മനസ്സിന്റെ വാശി ശരീരത്തിനു മുന്നിൽ പരാജയപ്പെടുകയാണ്. പ്രശ്നം പരിഹരിക്കാതെ ഇന്നേതായാലും സ്ക്കൂളിൽ പോകാൻ കഴിയുമെന്ന് തോന്നുന്നില്ല. പത്തുമണി കഴിഞ്ഞിട്ടും പച്ചവെള്ളമല്ലാതെ മറ്റൊന്നും ആമാശയത്തിലെത്തിയില്ല എന്ന ചിന്ത ഭ്രാന്ത് പിടിപ്പിക്കുകയാണ്. 'ജോലി രാജിവെക്കുകയാണ്, നാളെമുതൽ സ്ക്കൂളിൽ പോകുന്നില്ല' എന്നു പറഞ്ഞപ്പോൾ വീട്ടുജോലികളിൽ നിന്നും രാജിവെക്കുന്നുണ്ടെന്ന് അവൾ പറഞ്ഞില്ലല്ലോ. പതഞ്ഞുപൊങ്ങിയ ദേഷ്യം തണുത്തപ്പോൾ ദിവാകരൻ മാസ്റ്റർ അകത്തുകയറി ഭാര്യയെ വിളിച്ചു,

"രമേ, നിന്നോട് നന്നാവാനല്ലേ ഞാൻ പറഞ്ഞത്, ജോലി ചെയ്യണ്ട, സ്ക്കൂളിൽ പോകണ്ടാ എന്നൊന്നും പറഞ്ഞില്ലല്ലോ."

അല്പനേരം കാത്തിരുന്നിട്ടും മറുപടി കേൾക്കാഞ്ഞപ്പോൾ പെ

ട്ടെന്നുയർന്ന ഭയത്തോടെ മുറിയിലെ ലൈറ്റ് ഓൺ ചെയ്തപ്പോൾ കണ്ടത് മുഖം മറച്ച് കിടക്കുന്ന ഭാര്യയെയാണ്. ജീവന്റെ തുടിപ്പാ യ ഉച്ഛ്വാസനിശ്വാസ തരംഗങ്ങൾ വസ്ത്രങ്ങൾക്കിടയിലൂടെ തിരി ച്ചറിഞ്ഞ മാസ്റ്റർ ആശ്വാസനെടുവീർപ്പിട്ടു. ഇന്നലെ അടിച്ച വിരൽ പാടുകൾ ഇടതുകവിളിൽ കാണാനുണ്ടോ? സംശയം തോന്നിയ പ്പോൾത്തന്നെ അടിച്ചെങ്കിൽ ഇത്രയും വഷളാവുമായിരുന്നില്ല. പ്ര ശ്നം തീർക്കാൻ മറ്റാരും വീട്ടിലില്ലല്ലോ; മകളുടെ വിവാഹം കഴി ഞ്ഞു. മകനാണെങ്കിൽ അന്യസംസ്ഥാനത്ത് പഠനം തുടരുകയാ ണ്.

സുഖവും സമാധാനവും കളിയാടിയിരുന്ന വീട്ടിൽ അസന്തു ഷ്ടിയുടെ വിത്തുകൾ മുളച്ചുപൊങ്ങാൻ തുടങ്ങിയത് ദുർഗന്ധത്തോ ടെ ആയായിരുന്നു. ഏതാണ്ട് നാലുമാസം മുൻപ് ഒരു വെള്ളിയാ ഴ്ച; വൈകുന്നേരം വീട്ടിലേക്ക് വന്ന് അകത്ത് പ്രവേശിച്ച ഉടനെ യാണ് ലാന്റ്ഫോൺ റിംഗ് ചെയ്തത്. മൊബൈൽ ഉണ്ടായിട്ടും വീട്ടിലെ ടെലിഫോണിൽ വിളിക്കുന്നത് ഏതെങ്കിലും പഴയ സു ഹൃത്തായിരിക്കുമെന്ന് ചിന്തിച്ചാണ് റിസീവർ എടുത്തത്.

"ഹലോ"

"ദിവാകരൻ മാസ്റ്ററാണോ?"

"അതെ, ആരാ?"

"ഞാനാരെങ്കിലും ആയിക്കൊട്ടെ, മാഷിന്റെ ഭാര്യ രമടീച്ചർ ഉൾ പ്പെട്ട സംഭവം അറിയോ?"

"അയ്യോ, എന്ത് സംഭവം?"

"പേടിക്കാനൊന്നും ഇല്ല, ഇന്ന് രമടീച്ചറെയും സ്ക്കുളിലെ ഹെ ഡ്മാസ്റ്ററെയും കെമിസ്ട്രി ലാബിനുള്ളിൽ വെച്ച് മറ്റുള്ളവർ കൈ യോടെ പിടികൂടി."

"അതെന്തിന്?"

"ഒരു ആണും പെണ്ണും ഒന്നിച്ച്, അടച്ചമുറിയിൽ കണ്ടാൽ ആളു കളെന്തെല്ലാം വിചാരിക്കും? ടീച്ചറ് വരുമ്പോൾ നേരിട്ടങ്ങ് ചോദി ക്ക്."

മറുതലക്കൽ ഫോൺ വെച്ചത് അറിയാതെ റിസീവറും പിടിച്ച ങ്ങനെ നിൽക്കുമ്പോഴാണ് അവളുടെ വരവ്, സംഭവം ചോദിച്ചു, നേരിട്ടുതന്നെ.

എന്നാൽ തന്നെ അത്ഭുതപ്പെടുത്തിക്കൊണ്ട് അവൾ മറുപടി പ

റഞ്ഞു,

"ഓ... ആ കെമിസ്ട്രി ലാബിലെയൊരു നാറ്റം, അതിനകത്ത് എലി ചത്തിട്ടുണ്ടെന്നറിഞ്ഞ് ഹെഡ്മാസ്റ്ററോടൊപ്പം നോക്കാൻ പോയതാണ്. അപ്പോൾ ഏതോ ഒരുത്തൻ വെളിയിലെ വാതിലടച്ചു,, എന്തൊരു നാറ്റം. ഹെഡ്മാസ്റ്റർ മൊബൈലെടുത്തതുകൊണ്ട് അധികം സഹിക്കേണ്ടി വന്നില്ല; പ്യൂൺ വന്ന് തുറന്നുതന്നു. അതെങ്ങനെ നിങ്ങളറിഞ്ഞു?"

സംഭവം ശരിയാണോ എന്നറിയാൻ പ്യൂണിനോട് ചോദിക്കേണ്ടതില്ല. കെമിസ്ട്രി അദ്ധ്യാപിക ആയ തന്റെ പ്രിയപ്പെട്ട ഭാര്യയല്ലേ പറയുന്നത്.

എന്നാൽ രണ്ട് ദിവസം കഴിഞ്ഞപ്പോൾ വീണ്ടും അതുപോലുള്ള ഒരു ഫോൺ, സ്ക്കൂളിൽ നിന്ന് വന്ന ഉടനെ.

"ദിവാകരൻ മാസ്റ്ററല്ലേ"

മുൻപ് കേട്ട അതേശബ്ദം.

"അതെ, താങ്കൾ ആരാണ്?"

"ഇന്ന് രാവിലെ വീട്ടിൽ ഭക്ഷണം വെച്ചിട്ടില്ലേ?"

എങ്ങനെ ദേഷ്യം വരാതിരിക്കും! ആരാണെന്ന് പറയാത്ത ഏതോ ഒരുത്തൻ വീട്ടിലെ ഭക്ഷണക്കാര്യം ചോദിക്കുന്നു.

""വീട്ടിൽ ഭക്ഷണം വെച്ചില്ലെങ്കിൽ താൻവന്ന് വെച്ച് തരുമോ?"

"രമടീച്ചർ ലഞ്ച്ബോക്സ് എടുക്കാത്തതുകൊണ്ട് ചോദിച്ചതാണ്, വീട്ടീന്ന് ഭക്ഷണം എടുക്കാതെ പലപ്പോഴും ഹെഡ്മാസ്റ്ററുടെ കൂടെ ഹോട്ടലിൽ പോയി കഴിക്കുന്നത് ഭർത്താവ് അറിയണ്ടേ?"

"അതൊക്കെ നോക്കാൻ താനാരാണ്?"

അങ്ങനെ പറഞ്ഞെങ്കിലും മറുതലക്കൽ മറുപടിയൊന്നുമില്ലാതെ ഫോൺ കട്ട് ചെയ്തപ്പോൾ ആകെ ഒരു സംശയം. പെട്ടെന്ന് അടുക്കളയിൽ പോയി നോക്കിയപ്പോൾ ഡൈനിംഗ് ടേബിളിൽ കനമുള്ള ലഞ്ച്ബോക്സ്. "അപ്പോൾ ഇതൊന്നും എടുക്കാതെ പോയത് മനഃപൂർവ്വമാണോ?"

വീട്ടിനകത്ത് പ്രവേശിച്ച ഉടനെ അവളോട് ചോദിച്ചു.

"നീയിന്ന് ചോറ് തിന്നുമ്പോൾ കൂടെ ആരാണുണ്ടായത്?"

"കൂടെ സ്ക്കൂളിലെ എല്ലാവരും."

"ഹെഡ്മാസ്റ്റർ മാത്രം എന്ന് പറഞ്ഞാൽ മതി."

"അതെങ്ങനെയാ? ഹെഡ്മാസ്റ്ററുടെ മകളുടെ വിവാഹം ഉറപ്പി

ച്ച വകയിലുള്ള പാർട്ടി എല്ലാവർക്കും ഒന്നിച്ചല്ലേ തന്നത്, ഹോട്ടൽ രാജേശ്വരിയിൽ."

"അപ്പോൽ ലഞ്ച്ബോക്സ് എടുക്കാതെ പോയതോ?"

"അത് പാത്രത്തിൽ ചോറ് നിറച്ചപ്പോഴാണോർത്തത് ഇന്ന് ഹെഡ്മാസ്റ്ററുടെ വക ഉച്ചഭക്ഷണം ഉണ്ടല്ലോ എന്ന്. ഞാനത് ആദ്യമേ പറയാൻ വിട്ടുപോയതുകൊണ്ടാണോ ഇങ്ങനെയൊരു ചോദ്യം."

അവളുടെ മുന്നിൽ അടിയറവ് പറയുന്നത് ആദ്യമല്ല, എന്നാലും... ദാമ്പത്യജീവിതം തകർക്കാനായി എന്തിന് അനാവശ്യ സംശയങ്ങൾ മനസ്സിലുയർത്തണം? എന്നാലും ഇതൊക്കെ അറിഞ്ഞ് ഫോൺ ചെയ്യുന്നത് ആരായിരിക്കും?

"നീ ഒരു ടീച്ചറാണ്, മറ്റുള്ളവർ ശ്രദ്ധിക്കുമെന്ന് ഓർമ്മവേണം."

"അതിനുമാത്രം എന്തുണ്ടായി?"

"ഒന്നുമുണ്ടായില്ല, എന്നാലും..."

ബാക്കി പറയാൻ നിന്നില്ല, ഭാര്യയും ഭർത്താവും ഒന്നിച്ച് ജീവിക്കുമ്പോൾ വെറുതെ എന്തിന് അസന്തുഷ്ടിയുടെ വിത്തുകൾ വിതക്കണം?

ആ ദിവസംതന്നെ അവളെ തല്ലിയാൽ മതിയായിരുന്നു എന്ന് ഇപ്പോഴാണ് ബോധമുദിച്ചത്. എങ്കിൽ ഇത്രയും പ്രശ്നങ്ങളൊന്നും ഉണ്ടാവുമായിരുന്നില്ല. അവളുടെ സ്ക്കൂളിലെ അദ്ധ്യാപകരെ കണ്ട് സംസാരിച്ചപ്പോൾ രമടീച്ചറെക്കുറിച്ച് പറയാൻ എല്ലാവർക്കും നൂറ് നാവാണ്. ടീച്ചർ ചെയ്യുന്ന മഹത്തായ സേവനങ്ങളുടെ പെരുമഴ സഹപ്രവർത്തകർ അക്കമിട്ട് പറയുമ്പോഴൊക്കെ തന്റെ ഉള്ളിൽ സംശയം വർദ്ധിക്കുകയാണ്. നല്ല കാര്യങ്ങൾ വിളിച്ച് പറയുന്നവരെല്ലാം എന്തോ ഒളിക്കുന്നില്ലേ? ഒടുവിൽ സുഹൃത്ത് മോഹനനോട് ചോദിക്കുകതന്നെ ചെയ്തു.

"ഇപ്പോൾ പുതിയതായി വന്ന ഹെഡ്മാസ്റ്റർ ആളെങ്ങനെ?"

"സ്ക്കൂൾ കാര്യത്തിന് അദ്ദേഹം ഉഗ്രൻ, പിന്നെ ആള് അത്ര നല്ല വ്യക്തിയല്ല."

"അത്?"

"അത് മുൻപ് ജോലി ചെയ്ത സ്ഥലത്തുള്ളവർ പറഞ്ഞതാ, ഇവിടെ ഒരു പ്രശ്നവുമില്ല."

അപ്പോൾ രമയെക്കുറിച്ച് സഹപ്രവർത്തകർക്കിടയിൽ സംഭാഷണം ഉണ്ടായിരിക്കും. പുരുഷന്മാരോട് സ്വതന്ത്രമായി ഇടപഴകു

ന്ന അവളുടെ പെരുമാറ്റം കാണുന്ന മറ്റുള്ളവർ തെറ്റിദ്ധരിക്കാനിടയുണ്ട്.

എന്നാലും ഇന്ന് അവളെയൊന്ന് ഉപദേശിക്കണം.

ഉപദേശചിന്തയുമായി വീട്ടിലേക്ക് പോയെങ്കിലും അതൊന്നും ചെയ്യേണ്ടി വന്നില്ല. വീട്ടിനകത്തേക്ക് കടന്ന നിമിഷം, കാത്തിരിക്കുന്നതുപോലെ ലാന്റ്ഫോൺ റിംഗ് ചെയ്തു,

പഴയശബ്ദം,

"ദിവാകരൻ മാസ്റ്ററല്ലേ?"

"അതെ"

"മാഷിന്ന് സ്ക്കൂളിൽ പോയില്ലേ?"

"പോയല്ലോ, ഇപ്പൊഴാ വന്നത്."

"പിന്നെങ്ങനെയാ മാഷും ഭാര്യയും മൂന്ന് മണിക്ക് ക്ലാസ്ടൈമിൽ ഓട്ടോയിൽ പോയത്?"

"ഓട്ടോയിലോ?"

"മാഷിന്റെ ഭാര്യ മൂന്ന് മണിക്ക് ഓട്ടോയിൽ പോകുമ്പോൾ കൂടെയുള്ള പുരുഷൻ താങ്കളായിരിക്കണമല്ലോ? ടീച്ചർ വന്നാൽ ചോദിച്ച് നോക്ക്."

"ഇതൊക്കെ കണ്ടുപിടിക്കാൻ നിങ്ങളാരാണ്."

"ഞാൻ മാഷിന്റെ ഒരു അഭ്യുദയകാംക്ഷിയാണ്."

ഫോണിലൂടെ അറിഞ്ഞ കാര്യമോർത്ത് ഞെട്ടിത്തരിച്ച് നിൽക്കുമ്പോഴാണ് അവളുടെ വരവ്. മനസ്സിന്റെ ഉള്ളിലുള്ളത് പെട്ടെന്ന് വെളിയിൽ ചാടി.

"നിനക്ക് കുട്ടികളെ പഠിപ്പിക്കലോ, അതോ കണ്ടവന്റെ കൂടെ ഓട്ടോയിൽ കറങ്ങി നടക്കലോ."

"ഓട്ടോയിൽ കറങ്ങാനോ? ഈ ഏട്ടനെന്തൊക്കെയാ പറയുന്നത്?"

"നിന്നെക്കുറിച്ച് ഓരോരുത്തര് പറയുന്നത് കേട്ട് മടുത്തു."

''ആര് പറഞ്ഞു? അവന്റെ പേര് പറ? ഞാനെപ്പഴാ ഓട്ടോയിൽ പോയത്?"

"നീ ഏതൊ ഒരുത്തന്റെ കൂടെ മൂന്ന് മണിക്ക് ഓട്ടോയിൽ കറങ്ങുന്നത് കണ്ടു, എന്ന് ഇപ്പോൾ ഒരാൾ ഫോണിൽ വിളിച്ചുപറഞ്ഞു, അവനാരാണ്? ആ ഹെഡ്മാഷായിരിക്കും?"

"എന്റെ ദൈവമേ ഇവന്മാർക്കൊന്നും പണിയില്ലേ? ഇന്ന് ഗ്രൗ

ണ്ടിന്ന് വീണ് ചോരയൊലിപ്പിച്ച പത്താം ക്ലാസ്സുകാരി അഞ്ചിതയെ ആശുപത്രിയിൽ കൊണ്ടുപോകാൻ പി.ടി. മാഷിനോടൊപ്പം പോയതാ. പെൺകുട്ടിയായതുകൊണ്ട് ഒറ്റക്കെങ്ങനെയാ മാഷെ കൂടെ അയക്കുന്നത്; ഒപ്പം ക്ലാസ് ടീച്ചറായ ഞാനും പോയി. ഇതിലെന്താ പറയാനുള്ളത്?"

ഇത്തവണ തനിക്കാണ് ഞെട്ടലുണ്ടായത്? ഏതോ ഒരുത്തൻ വിളിച്ചു പറയുന്നത് കേട്ട് വെറുതെ ഭാര്യയെ സംശയിക്കുക. എന്നാലും പറയുന്നവൻ ആരായിരിക്കും?

ഒരാഴ്ചക്ക് ശേഷം അഭ്യുദയകാംക്ഷി വിളിച്ചപ്പോൾ ഇങ്ങോട്ട് എന്തെങ്കിലും പറയുന്നതിന് മുൻപ് താക്കീത് നൽകി,

"താനിനി ഒന്നും പറയരുത്, താങ്കൾ ആരാണെന്ന് കണ്ടുപിടിച്ച് പരാതി കൊടുക്കാൻ അറിയാഞ്ഞിട്ടല്ല. ഇനി എന്ത് പറഞ്ഞാലും ഈ ദിവാകരൻ മാസ്റ്റർ വിശ്വസിക്കില്ല; മേലിൽ എന്നെ വിളിച്ച് ശല്യം ചെയ്യരുത്, കേട്ടോ."

പിന്നീട് ദിവസങ്ങളോളം അയാൾ വിളിച്ചില്ല; തന്റെ കുടുംബം കുളംതോണ്ടാനാവില്ലെന്ന് അവന് മനസ്സിലായിരിക്കണം.

എങ്കിലും ഇന്നലെ നേരത്തെ വീട്ടിലെത്തിയപ്പോൾ കാത്തിരുന്നതുപോലെ നാലുമണിക്ക് ഫോൺ വന്നു. ഐഡന്റിറ്റി വെളിപ്പെടുത്താതെ അയാൾ ധാരാളം സംസാരിച്ചു. ഇത്രയും കാലം തന്നെ ചതിച്ചുകൊണ്ടിരിക്കുന്ന അവളെക്കുറിച്ച് അറിഞ്ഞപ്പോൾ ഞെട്ടി.

"ദിവാകരൻ മാസ്റ്ററെ, നിങ്ങൾ വിചാരിക്കും നിങ്ങളുടെ ഭാര്യ ശീലാവതിയെന്ന്, എന്നാൽ മറിച്ചാണ് അനുഭവം. അവൾ സ്ക്കൂൾ ടൈമിൽ പലരുടെയും കൂടെ വെളിയിൽ ഹോട്ടലുകളിലൊക്കെ പോകാറുണ്ട്. ഇന്ന് ഉച്ചക്ക് സരിത ബുക്ക് സ്റ്റാളിൽ രമടിച്ചറെ കണ്ടവരുണ്ട്. അതിന് സപ്പോർട്ട് ചെയ്യുന്നത് ഹെഡ്മാസ്റ്റർ തന്നെയാണ്."

ഇത്രയും വിശദമായി പറഞ്ഞാലെങ്ങനെ അവിശ്വസിക്കും? അവൾ വന്നപ്പോൾ ചോദിച്ചു,

"എടീ ഇന്നുച്ചക്ക് ബുക്ക്ഷോപ്പിലെന്താ നിനക്ക് കാര്യം?"

"സ്ക്കൂൾ ലൈബ്രറിയിലേക്ക് പുസ്തകം വാങ്ങാൻ; അതെന്താ സീനിയർ അസിസ്റ്റന്റും ലൈബ്രേറിയനുമായ എനിക്ക് പോയിക്കൂടേ?"

മറുപടിയായി കൊടുത്തത് അടിയായിരുന്നു, ജീവിതത്തിൽ ആദ്യമായാണ് ഇത്രയും കനത്തിൽ ഒരാളെ അടിച്ചത്. ഒരു ഭർത്താവ് എത്രയാ സഹിക്കുക?

“നീയിനി സ്ക്കൂളിലേക്ക് പോകണ്ടാ. മറ്റുള്ളവർ പറയുന്നതു കേട്ട് തൊലിയുരിഞ്ഞ് പോകുന്നു.”

“എനിക്ക് പോകണമെന്നൊന്നുമില്ല, ഞാൻ ജോലി രാജിവെക്കുകയാ.”

കരച്ചിലിനിടയിൽ അവൾ പറഞ്ഞത് കേട്ടപ്പോൾ ദേഷ്യം ഇരട്ടിച്ചു.

“അപ്പോൾ മറ്റുള്ളവരെക്കൊണ്ട് പറയിപ്പിക്കാതെ നിനക്ക് മര്യാദക്ക് നടക്കാനൊന്നും ആവില്ല. ടീച്ചറായതുകൊണ്ടാണ് നിന്നെ കല്ല്യാണം കഴിച്ചത്, അതുകൊണ്ട് പോയിക്കോളണം.”

“ഞാനിനി എവിടെയും പോകുന്നില്ല.”

കരണത്ത് വീണ്ടും വീണ്ടും കൊടുത്തു, ഒടുവിൽ കൈ കുഴഞ്ഞപ്പോൾ മതിയാക്കി.

മണിക്കൂറുകൾ പിന്നിട്ടപ്പോൾ വേദനയും ദേഷ്യവും കാരണം മുറിയിൽ കിടക്കുന്ന ഭാര്യയെ അവഗണിച്ചുകൊണ്ട് രാത്രി ഏതോ നേരത്ത് അടുക്കളയിൽ പോയിട്ട് പാത്രത്തിലുള്ള തണുത്ത ചോറും കറിയും സ്വന്തമായി എടുത്ത് കഴിച്ചെന്ന് വരുത്തി. എച്ചിൽപാത്രങ്ങൾ മേശപ്പുറത്തുതന്നെ അവശേഷിച്ചു. അപ്പോഴും കിടക്കുന്ന സ്വന്തം ഭാര്യയെ അവഗണിച്ച് സുഖമായി ഉറങ്ങി. കൊടുക്കേണ്ടത് കൊടുത്തുകഴിഞ്ഞപ്പോൾ എന്തൊരു ആശ്വാസം!

ഭാര്യയെ അടിച്ച് നേരെയാക്കാൻ ശ്രമിച്ചത് വിപരീതഫലമായോ എന്ന് ഇപ്പോഴൊരു സംശയം. തന്റെ അടികിട്ടിയ വിദ്യാർത്ഥികളെല്ലാം നന്നാവാറുണ്ട്. മാസ്റ്റർ അടിച്ചതുകൊണ്ട് ഞാൻ നന്നായി എന്ന്, പൂർവ്വശിഷ്യന്മാർ പറയാറുണ്ട്. അതുപോലെയല്ലല്ലോ സ്വന്തം ഭാര്യ.

ഇനിയെന്ത് ചെയ്യും?

ടെലിഫോൺ റിംഗ് ചെയ്യുകയാണ്,

“ഹലോ?”

“ദിവാകരൻ സാറല്ലേ? ഇന്ന് ലീവായിരിക്കും?”

“അതെ, ആരാണ്?”

“എന്നെ മറന്നു പോയോ? ഞാൻ സാറിന്റെ അഭ്യുദയകാംക്ഷി.”

"ഇപ്പൊഴെന്താ വിളിച്ചത്?"

"സാറ് ലീവെടുത്ത് വീട്ടിലിരിക്കുന്നതിന് പകരം ഭാര്യ രമടീച്ചർ എവിടെയാ പോകുന്നതെന്ന് അന്വേഷിക്കാമായിരുന്നില്ലേ?"

"ങെ, അവളെവിടെ?"

"രമടീച്ചർ ക്ലാസ്‌ടൈമിൽ ടൗണിലൂടെ കറങ്ങുകയാണ്... കൂടെ അവരുടെ സ്ക്കൂളിലെ ഹെഡ്മാസ്റ്ററും ഉണ്ട്. ഇപ്പോൾ റെയിൽ വെ സ്റ്റേഷന് സമീപം ഉണ്ട്, പെട്ടെന്ന് വന്നാൽ കൈയോടെ പിടിക്കാം. ഞാൻ പറയുന്നത് വെറുതെയല്ലെന്ന് താങ്കൾക്ക് മനസ്സിലാവുമല്ലൊ."

മറുതലക്കൽ ഫോൺ വെച്ചു; ദിവാകരൻ മാസ്റ്റർ റിസീവർ വെച്ചതിനുശേഷം തൊട്ടടുത്തുള്ള സോഫയിൽ കണ്ണടച്ചു കിടക്കുന്ന ഭാര്യയെ നോക്കി.

ഇനി?

******

ഡിലീറ്റ് ചെയ്യപ്പെട്ടവൻ

റോഡരികിലൊരു കാടായി രൂപാന്തരപ്പെട്ട് ആയിരങ്ങൾക്ക് അഭയമായി മാറിയ ആൽമരത്തിന്റെ ദർശനത്തോടെ അയാളുടെ വേഗത കുറയാൻ തുടങ്ങി. കുറച്ചുകൂടി മുന്നോട്ടു പോയാൽ മരത്തിന്റെ സമീപത്തൊരു വീടിന്റെ മതിലും എപ്പോഴും അടഞ്ഞിരിക്കുന്ന ഗെയ്റ്റും കാണാം. ഗെയ്റ്റുതുറന്ന് അകത്തുപ്രവേശിച്ചാൽ പിൻതിരിഞ്ഞ് ഉള്ളിൽനിന്നും അടച്ച് കുറ്റിയിടുക എന്നൊരു ശീലം വീട്ടുകാർക്കു മാത്രമല്ല അവരെ പരിചയപ്പെട്ടവർക്കെല്ലാം ഉണ്ട്. എന്നിട്ട് ഇരുവശത്തും നിരനിരയായി വളർത്തിയ ചെടികളെ നോക്കിക്കൊണ്ട് അല്പം നടന്നാൽ വീട്ടുമുറ്റത്ത് എത്താം. ചെടികളിൽ അധികവും ബോഗൻവില്ലകളാണ്,, നമ്മുടെ നാടൻ കടലാസുപൂക്കൾ.

അതിനിടയിലൊരു ചെറിയ കാര്യം,,, ഗെയിറ്റുനു മുകളിൽ പത്രം നിക്ഷേപിക്കാനായി പുട്ടുകുറ്റി പോലുള്ള പി.വി.സി. പൈപ്പ് ഉറപ്പിച്ചിട്ടുണ്ട്. പത്രം മാത്രമല്ല, വീട്ടുകാർക്ക് വരുന്ന പോസ്റ്റൽ ഉരുപ്പടികളും പഞ്ചായത്ത് അറിയിപ്പുകളും പരസ്യങ്ങളും ചുരുട്ടിയിട്ട് അതിൽ നിക്ഷേപിക്കാം. ചിലനേരത്ത്, തന്നെയാരും നോക്കുന്നില്ലെന്ന് ഉറപ്പുവരുത്തിയ വീട്ടുകാരി അകത്തുനിന്നും ഇറങ്ങിവന്ന് അതിനകത്തുള്ളതെല്ലാം എടുക്കും. വെറുതെയെന്തിന് കോളിംഗ് ബെല്ലടിച്ച് അകത്തുള്ളവരെ ശല്യപ്പെടുത്തണം. പിന്നെ, അടുത്ത വീട്ടുകാരുമായും ബന്ധുക്കളുമായും ആശയവിനിമയം നേരിട്ടൊന്നും വേണ്ട; ഫോണിൽ മാത്രം മതി. പിരിവുകാരെയും ഭിക്ഷക്കാരെയും അകറ്റിനിർത്താം. ചെറുപ്പക്കാരിയും സുന്ദരിയുമായ ശാലിനിയെനോക്കി ആന്യപുരുഷന്മാർ വെള്ളമിറക്കേണ്ട. അവൾ വീടിനകത്ത് അടുക്കളയിൽ കറങ്ങി ജീവിച്ചാൽ മതി. ആ വീടിന്റെ മുന്നിലെത്തിയാൽ ഗെയിറ്റിന്റെ വലതുവശത്തുള്ള ഇളംമഞ്ഞ ബോർഡിലെ കറുത്ത അക്ഷരങ്ങൾ വായിക്കാം 'അശോകവനം'... അതാണ് അശോകന്റെ വീട്.

ആലിൻചുവട്ടിൽ എത്താറായപ്പോൾ നടത്തം പതുക്കെയാക്കിയ അയാൾ മരത്തെ മൊത്തമായൊന്ന് നോക്കി. അതിന് ഒരു പോറലും ഏറ്റിട്ടില്ല! മുന്നിലുള്ള വാഹനങ്ങളെ മറികടന്ന് ഹൈ സ്പീഡിൽ ഓടിച്ചുവന്ന ബൈക്ക് നേരെപോയിട്ട് ആൽമരത്തിനെ ഉമ്മ വെച്ചാൽ പരിക്കേൽക്കുന്നത് ബൈക്കിനോടൊപ്പം അതിലെ യാത്രക്കാരനും ആയിരിക്കുമെന്നത് പ്രകൃതി നിയമമാണല്ലോ. എന്നാലും എന്തൊരു ഇടിയായിരുന്നു,, ബൈക്ക് തെറിച്ച് സ്വന്തം വീട്ടുമുറ്റത്ത് പതിക്കുമ്പോൾ വീണുകിടക്കുന്ന ദേഹത്തുനിന്നും രക്തം ഒഴുകുന്നതിന്റെ തണുപ്പ് അറിഞ്ഞതായി ഓർമ്മയുണ്ട്. പിന്നെയെല്ലാം അവ്യക്തം... തലപൊട്ടി ചോരവാർന്ന് ഒഴുകുന്ന നേരത്താണ് ദേഹം നിശ്ചലമായത്. അതുവരെ കുളിച്ച് മിനുക്കി വേഷമണിഞ്ഞ് പരിപാലിച്ച ശരീരം എത്ര പെട്ടെന്നാണ് ജഡമായത്.

പരിസരം ഒന്നുകൂടി കണ്ടപ്പോൾ അശോകന്റെ ഉള്ളിൽ ചിന്തകൾ പെരുകി. ജീവിതത്തിന് അന്ത്യം കുറിച്ച, തനിക്ക് കാലനായി മാറിയ ആൽമരം. റോഡരികിൽ മരം വളർത്തണമെന്ന് പറയുന്ന പ്രകൃതിസ്നേഹികൾ ഇത്തരം വിഷമങ്ങൾ അറിയുന്നുണ്ടോ?

ആശുപത്രിയിൽ എത്തുന്നതിനുമുൻപേ ജീവൻ വെടിഞ്ഞെങ്കിലും പലയിടത്തും ചുറ്റിക്കറങ്ങിയശേഷം നാട്ടിലെത്താൻ കഴിഞ്ഞത് മൂന്നാമത്തെ ദിവസമാണ്. കോടാനുകോടി പ്രപഞ്ച കണികകൾക്കിടയിൽനിന്നും സ്വന്തം നാടും വീടും കണ്ടുപിടിക്കാൻ എന്തൊരു പ്രയാസമാണ്. ഇപ്പോഴെങ്കിലും വീട് തിരിച്ചറിഞ്ഞത് തൊട്ടു മുന്നിലുള്ള ആൽമരം കാരണമാണ്. പതുക്കെനടന്ന് മരത്തിന്റെ ചുവട്ടിൽ എത്തിയപ്പോൾ അതുവരെ ഉണ്ടായിരുന്ന സന്തോഷം അസ്തമിച്ചു. സ്വന്തം ജീവനെപ്പോലെ കാത്തുസൂക്ഷിച്ച ആൽമരത്തെ മുറിച്ചു നീക്കാനുള്ള തയ്യാറെടുപ്പ് തന്നെ. മരത്തിന്റെ ശാഖകൾ ഓരോന്നായി അറുത്തു മാറ്റുന്ന ദയനീയമായ കാഴ്ചയിൽ ആകെയൊരു വല്ലായ്മ. ഇനിയിപ്പോൾ റോഡരികിലെ മരങ്ങൾ അപകടങ്ങൾ ഉണ്ടാക്കുന്നു, എന്നൊരു കാരണം പറഞ്ഞ് മരം മാഫിയക്ക് അവയെല്ലാം മുറിച്ചുമാറ്റാമല്ലോ. അസഹനീയമായ ആ കാഴ്ച നോക്കിയിരിക്കേ മരത്തെ കെട്ടിപ്പിടിച്ചിട്ട് "ആദ്യം എന്റെ നെഞ്ചിൽ വെട്ടെടാ, എന്നിട്ട് മരം മുറിച്ചാൽ മതി" എന്നുപറയാൻ തോന്നിയെങ്കിലും ഒരു നിമിഷം ആലോചിച്ചു, "അങ്ങോട്ടുപോയി പ്രശ്നമുണ്ടാക്കേണ്ട, മരിച്ചുകഴിഞ്ഞ ആളെന്തിന് മരത്തെ

സംരക്ഷിക്കണം.”

ആ നേരത്താണ് ഒരു പഴഞ്ചൻ ചോദ്യം ഉള്ളിന്റെയുള്ളിൽ പൊങ്ങിവന്നത്; ഈ ആൽമരത്തെ എപ്പോഴെങ്കിലും സ്നഹിച്ചിട്ടുണ്ടോ? ഉമ്മറവാതിൽ തുറന്നാൽ അതിരാവിലെ കണികാണുന്ന വിശാലമായി പടർന്നുപൊങ്ങിയ മരത്തെ എപ്പോഴെങ്കിലും ആത്മാർത്ഥമായി സ്നേഹിച്ചിട്ടുണ്ടോ? ഇത്തിരിയെങ്കിലും ഇഷ്ടപ്പെടാൻ കാരണം അതിന്റെ ഇലച്ചാർത്തുകൾ ചേർന്ന് മറയാക്കിയപ്പോൾ റോഡിലൂടെ പോകുന്നവർ വീടിനെയും വീട്ടുകാരിയെയും കാണാതിരിക്കാനല്ലേ?

“അശോകൻ സാർ എപ്പോഴും സ്വാർത്ഥമതിയാണല്ലോ,” ആരാണ് പറഞ്ഞത്?

സീനിയർ സുപ്രണ്ട് രമാവതിയാണോ? അല്ല ഓഫീസ് അസിസ്റ്റന്റ് ദേവയാനിയാണോ?

“സ്വന്തം കുടുംബത്തെ സ്നേഹിക്കുന്നവർ ഇത്തിരി സ്വാർത്ഥമതികളാവുന്നതിൽ തെറ്റില്ല” എന്ന മറുപടി മാത്രമാണ് അന്നും ഇന്നും പറയാനുള്ളത്. തന്റെ ലോകം വീടും ഭാര്യയും മക്കളും മാത്രമാണ്; അവർക്കുവേണ്ടി ഏതറ്റം വരെയും പോവും. മരിച്ചുകഴിഞ്ഞിട്ടും അരൂപിയായി ഇവിടേക്ക് വരാൻ കഴിഞ്ഞത് അവരോടുള്ള അമിതമായ സ്നേഹം കൊണ്ട് മാത്രമല്ലെ, ശാലിനിയെയും മക്കളെയും കാണാതെയിരിക്കാനോ? അവരെ പിരിഞ്ഞ് ഒരുനിമിഷം പോലും സഹിക്കാനാവില്ല. ദേഹം വെടിഞ്ഞാലും ഇവിടേക്ക് എത്തിയതുകൊണ്ട് ഇനിയങ്ങോട്ട് എല്ലായ്പ്പോഴും അവരെ കാണാമല്ലോ.

ആൽമരത്തിന്റെ ചുവട്ടിലെത്തിയിട്ട് അതിനെ വീണ്ടുമൊന്ന് നോക്കി. ആയിരമായിരം ജന്തുജാലങ്ങൾക്ക് അഭയമായ മരം, പിരിഞ്ഞിറങ്ങിയ നൂറുകണക്കിന് ശാഖകളിൽ നിന്നും പൊടിച്ചിറങ്ങിയ വേരുകൾനീണ്ട് ഭൂമിയെ സ്പർശിക്കുന്ന നിമിഷം പടർന്നിറങ്ങിയിട്ട് തായ്മരത്തെ ഊട്ടിയുറപ്പിക്കുന്ന വേരുപടലങ്ങൾ. പല്ലിയും പാമ്പും ഓന്തും അരണയും ഉടുമ്പും അവയിൽ ഊഞ്ഞാലാടി കളിച്ച് ഇരതേടുമ്പോൾ ചിലനേരത്ത് അവരെല്ലാം നിശ്ശബ്ദരാവും; അത് ജന്മാന്തരങ്ങളിൽ പതിച്ചുകിട്ടിയ ശത്രുസാമീപ്യത്തിന്റെ സൂചനയാണ്. മരം പുഷ്പിണിയാവുന്ന ഋതുവിൽ കാലംതെറ്റാതെ വരുന്ന വിരുന്നുകാരുണ്ട്. ചുവന്ന കായ്കൾ തിന്നാനായി

വരുന്ന പച്ചക്കിളികളും നാട്ടുബുൾബുളും മഞ്ഞച്ചിന്നനും ഇനിയെങ്ങോട്ടായിരിക്കും ഇരതേടാൻ പോവുന്നത്. ചിലപ്പോൾമാത്രം വിരുന്നുവരുന്ന വേഴാമ്പൽ, അവനു മാത്രമായി വേറിട്ടൊരു ചലനമാണ്. ഇരിക്കുന്ന ചില്ലയിൽനിന്ന് കഴുത്തുനീട്ടിയിട്ട് ആലിൻകായകൾ ഓരോന്നായി കൊത്തിയെടുത്ത് വിഴുങ്ങുന്നവനാണ് വേഴാമ്പൽ. പത്തോ പതിനഞ്ചോ കായകൾ വിഴുങ്ങിയാൽ പിന്നെ ചിറകുവീശിയിട്ട് ആകാശ നീലിമയിലേക്ക് പറക്കും. അകലെ ഏതോ ഒരിടത്തെ പടുകൂറ്റൻ മരത്തിന്റെ പൊത്തിൽ കൊക്കുമാത്രം വെളിയിൽ നീട്ടി അവനെയും കാത്ത് ഇണപക്ഷിയും മക്കളും ഉണ്ടാവും. തലമുറകൾ നിലനിർത്താൻ സ്വയം തടവിലാക്കപ്പെട്ട അവരെ തീറ്റിപ്പോറ്റേണ്ട കടമ അവനാണല്ലോ. ഇരതേടാൻ പോയ ആൺപക്ഷിക്ക് അപകടം പറ്റിയാൽ, പിന്നെയൊരു കൂട്ടമരണം, അതോടെ തീർന്നു. ഹോ, അതൊരു വല്ലാത്ത അവസ്ഥ ആയിരിക്കുമല്ലോ.

എന്റെ ശാലിനി..

ഞാനിതാ നിന്നെയും തേടി വരുന്നു,, ഒരു വേഴാമ്പലിനെപ്പോലെ... അരൂപിയാണെങ്കിലും നിന്നെയൊന്ന് കാണാമല്ലോ.

അതിവിശാലമായി ഇരുവശത്തേക്കും തുറക്കപ്പെട്ട ഗെയ്റ്റ് കണ്ടപ്പോൾ ആകെയൊരു അസ്വസ്ഥത തോന്നി. തുറന്ന വാതിൽ അടക്കുന്ന ശീലം എപ്പോഴാണ് മലയാളികൾ പഠിക്കുക; സായിപ്പിനെപ്പോലെ ആവാൻ ശ്രമിക്കുന്നവർ സായിപ്പിന്റെ നല്ല ശീലങ്ങളൊന്നും പഠിച്ചില്ലല്ലോ. അകത്തേക്ക് കാലുകുത്തിയ നിമിഷം, ഗെയിറ്റുകടന്ന് വെളിയിൽ വരുന്നവനെ കണ്ടപ്പോൾ പകച്ചുപോയി. ആജീവനാന്തശത്രുവും അകന്ന ബന്ധുവും ആയ അയൽപക്കത്തെ രവീന്ദ്രൻ! എന്നാലും ഇതു വേണ്ടായിരുന്നെടാ, ശത്രു മരിച്ചെന്നറിഞ്ഞ നിമിഷം നീയിവിടെ കാലുകുത്തി. ഇനി എന്തൊക്കെ പറഞ്ഞായിരിക്കും ഇവൻ ശാലിനിയെ ചതിക്കുന്നത്!! ഉം, നിന്നെ ഞാൻ ശരിപ്പെടുത്തും.

വീട്ടിലേക്ക് എത്തിനോക്കിയപ്പോൾ അവിടമാകെ ഒച്ചയും ബഹളവും. ഒരാൾ മരിച്ചാൽ ആ വീട്ടിൽ ഇത്രയധികം ആളുകൾ വരേണ്ടതുണ്ടോ? താനായിട്ട് മരണവീട്ടിൽ പോയത് വിരലിലെണ്ണാവുന്ന അവസരങ്ങളിൽ മാത്രമാണല്ലോ. എന്നിട്ടും എന്തിനാണ് ഇത്രയധികം ആൾക്കാർ വന്നത്? ശാലിനിയെ ആശ്വസിപ്പിക്കാനാ

ണോ? അവളുടെ ദുഖംകണ്ട് ഉള്ളിൽ ചിരിക്കാനാണോ? ഒറ്റപ്പെട്ട് ജീവിക്കുന്നവളെ വെറുതെയെന്തിനാണ് ഉപദ്രവിക്കുന്നത്?

തോട്ടത്തിലെ ചെടികളെല്ലാം ആരൊക്കെയോ ചേർന്ന് ചവിട്ടി യൊടിച്ചിരിക്കുന്നു. ഇതെന്താ ഇവിടെ ആഘോഷം നടക്കുന്നുണ്ടോ? എല്ലാവരും ഉച്ചത്തിൽ സംസാരിച്ച് നടക്കുന്നതിനിടയിൽ ഏതൊ ക്കെയോ കുട്ടികൾ മൊബൈലുമായി ഓടിച്ചാടി കളിക്കുന്നുണ്ട്. ജോബിനും ടീനയും അക്കൂട്ടത്തിലൊന്നും ഉണ്ടാവില്ല. അച്ഛൻ ന ഷ്ടപ്പെട്ട ദുഖം സഹിക്കാനാവാതെ കരഞ്ഞുതളർന്ന പാവം മക്കൾ അമ്മയെ കെട്ടിപ്പിടിച്ച് കിടക്കുന്നുണ്ടാവും. വീട്ടിലായിരിക്കുമ്പോൾ എല്ലാദിവസവും ഒന്നിച്ച് ഭക്ഷണം കഴിക്കുന്ന മക്കൾ അച്ഛന്റെ അ ഭാവത്തിൽ ഭക്ഷണം കഴിക്കാതെ വിശന്നു കിടക്കുന്നുണ്ടാവും.

വരാന്തയിലേക്ക് കയറുന്നതിനു മുൻപ് അടുക്കളഭാഗത്ത് നോ ട്ടമയച്ചു. കിണറിനും മതിലിനും ഇടയിലുള്ള ഇത്തിരി സ്ഥലത്ത് പുക ഉയർന്നു പൊന്തുകയാണ്, അതോടൊപ്പം സദ്യയുടെ ഗന്ധം പരന്നു. നാട്ടുകാർ മരണം ആഘോഷിക്കുകയാണ്. മരിച്ചുകഴി ഞ്ഞാൽ മൃതദേഹത്തോടൊപ്പം മരണവീടും നാട്ടുകാരുടെ വരുതി ലാവുകയാണല്ലൊ. എന്തൊക്കെ പാഴ്ചെലവുകളാണ്? ശവമടക്കി ന്റെ മൂന്നാം ദിവസം കത്തിതീർന്ന പട്ടടയിൽ നിന്ന് എല്ലും ചാര വും എടുത്ത് കടലിൽ ഒഴുക്കിയതോടെ ചെയ്യേണ്ട കർമ്മങ്ങളൊ ക്കെ ബന്ധുക്കളും നാട്ടുകാരും ചെയ്തുതീർത്തിട്ടുണ്ടാവും. അതി ന്റെ ആഘോഷമാണ്, നടക്കട്ടെ,, എന്നാലും ഈ ആളുകൾക്കൊ ക്കെ വേറോരു പണിയും ഇല്ലേ? തിന്നുമുടിക്കാനായി വന്നവരെ ഓടിച്ചിട്ട് ഉച്ചത്തിൽ വിളിച്ചുപറയണം,

"ശാലിനിയെയും മക്കളെയും വെറുതെ വിടൂ,,, അവരൊന്ന് പൊ ട്ടിക്കരയട്ടെ",,

ഹൊ, കിട്ടിയ അവസരം പാഴാക്കാത്ത ആളുകൾ, എന്തൊക്കെ കാര്യങ്ങളാണ് ഇനി ചിന്തിക്കാനുള്ളത്,, സ്വന്തം ആവശ്യത്തിനു പോലും ഒറ്റക്ക് വീട്ടിൽനിന്നും ഇറങ്ങാത്ത ശാലിനി ഇനിയങ്ങോ ട്ട് എന്തെല്ലാം ചെയ്യണം?

ഭർത്താവിന്റെ സഹായമില്ലാതെ വീടിനെയും മക്കളെയും നോ ക്കി മുന്നോട്ടുപോവാൻ അവൾക്ക് കഴിയുമോ?

പലചരക്കുകട അറിയാത്തവൾ വീട്ടുസാധനങ്ങളൊക്കെ എങ്ങ നെയാവും വാങ്ങുന്നത്?

തനിച്ച് യാത്രചെയ്ത് മക്കളെ സ്ക്കൂളിലേക്ക് വിടാൻ അവൾക്കാവുമോ?

തുറിച്ചുനോക്കി പരിഹസിക്കുന്നവരിൽ നിന്നും അവൾക്കെങ്ങനെ രക്ഷപ്പെടാനാവും?

തെരുവിലുള്ള തലതിരിഞ്ഞ പുരുഷന്മാരെല്ലാം ഉപദ്രവിക്കില്ലേ?

ജീവിച്ചിരുന്നപ്പോൾ കടന്നുവരാത്ത ചിന്തകളാണല്ലോ ഇപ്പോൾ ഉയരുന്നത്, മരിച്ചുകഴിഞ്ഞിട്ടും വിധി തനിക്കായി കരുതിവെച്ചത് എന്തെല്ലാം പരീക്ഷണങ്ങളാണ്?

പതുക്കെ അകത്തേക്ക് കടന്നപ്പോൾ വെളിച്ചത്തിന്റെ തിളക്കം കണ്ണിന് കരടായി മാറി. വൈദ്യുതി പാഴാക്കരുതെന്ന് ആരോട് പറയാനാണ്. കാഴ്ചക്കാരില്ലെങ്കിലും ടിവിയിൽ പരസ്യങ്ങൾ പൊടിപൊടിക്കുന്നു. ഇതെല്ലാം ഓഫാക്കാനെങ്കിലും ഒന്ന് കഴിഞ്ഞെങ്കിൽ. അകത്തെ മുറിയിൽ കുറേ കുട്ടികളിരുന്ന് പരിസരം ശ്രദ്ധിക്കാതെ പൊട്ടിച്ചിരിച്ച് കളിക്കുന്നുണ്ട്; മൊബൈലുമായാണ് അവരുടെ കളി. ആശ്വാസം, ടീനയും ജോബിനും അവിടെയുണ്ട്. ദുഃഖം വിട്ടെറിഞ്ഞ് രണ്ടുപേരും മൊബൈലുമായി കളിക്കുകയാണ്. ആരാണ് ഇവർക്ക് മൊബൈൽ കൊടുത്തത്? വീട്ടിലുള്ള മൊബൈലിലാണല്ലോ കളി! അതിനകത്തുനിന്നും ഡിലീറ്റ് ചെയ്യപ്പെട്ട ഗെയിമൊക്കെ തിരികെ വന്നിട്ടുണ്ടല്ലോ. കുട്ടികൾ മൊബൈൽ ഉപയോഗിക്കാൻ പാടില്ല എന്ന അച്ഛന്റെ നിർദ്ദേശം എത്ര പെട്ടെന്നാണ് അവർ കാറ്റിൽ പറത്തിയത്. അനായാസമായി ഗെയിം കളിക്കുന്ന മക്കളെ നോക്കിയിരിക്കെ ആകെയൊരിടർച്ച. എന്നാലും ഇത്ര പെട്ടെന്ന്...

അച്ഛന്റെ വിയോഗം മക്കൾ കാത്തിരിക്കുകയാണോ?

ഒരു തരത്തിൽ ഇതൊരു ആശ്വാസമാണ്. സ്വന്തം പിതാവിന്റെ മരണത്തിൽ പതറാതെ ജീവിക്കാൻ മക്കൾക്ക് ആവുമല്ലോ... ശാലിനി ഇതൊക്കെ കാണുന്നുണ്ടോ? അവളെയൊന്ന് കണ്ടാൽ മതിയായിരുന്നു.

വെളിച്ചം, എങ്ങും നിറഞ്ഞൊഴുകുന്ന വെളിച്ചത്തിന്റെ തിളക്കത്തിൽ കണ്ണിലാകെ ഇരുട്ട് പടരുകയാണ്. അതിനിടയിൽ ശാലിനി എവിടെയായിരിക്കും? മറ്റുള്ളവർ കാണാതെ എതെങ്കിലും ഇരുട്ടുമുറിയിൽ കിടന്ന് കരയുന്നുണ്ടാവും. പ്രിയപ്പെട്ടവളേ, ഇനിയുള്ളകാലത്ത് നിന്റെ ജീവിതം ഇരുട്ടിലായിപോയല്ലോ. എത്ര ക്രൂര

മായാണ് വിധി നിന്നെ തകർത്തത്. ജീവിതത്തെക്കുറിച്ച് എന്തെല്ലാം ആഗ്രഹങ്ങളായിരുന്നു. മക്കൾ പഠിച്ച് വലിയവരായി ഉദ്യോഗം നേടിയശേഷം അവർ വിവാഹിതരായി കൊച്ചുമക്കളോടൊത്ത് കളിക്കുക. എന്തെല്ലാം ആശകളും പ്രതീക്ഷകളും ആയിരുന്നു!

വീട്ടിലാകെ ചുറ്റിനടന്നപ്പോൾ വെളിച്ചമില്ലാത്ത മുറിയുടെ മുന്നിലെത്തി. ഓ, ഇത് പൂജാമുറിയാണല്ലോ. ഇവിടെയുണ്ടാവും ശാലിനി. കൽപ്രതിമകൾക്ക് മുന്നിലിരുന്ന് അവൾ കരയുന്നുണ്ടാവും... അതാണ് ലൈറ്റ് ഓൺ ചെയ്യാഞ്ഞത്? പതുക്കെ ഒഴുകി അകത്തേക്ക് കടന്നു. ആദ്യം കണ്ടത് രണ്ട് കാലുകളാണ്. അത് അവളുടെ കാലുകളാണല്ലൊ. ശാലിനിയുടേത്, ഇവളെന്തിനാണ് മേശപ്പുറത്ത് കയറിയിട്ട് രണ്ട് കൈകളും ഉയർത്തി നിൽക്കുന്നത്? പെട്ടെന്ന് ആകെയൊരു ഞെട്ടൽ... ഭർത്താവില്ലാതെ ജീവിക്കാൻ മടിച്ച്, അശോകന്റെ ഭാര്യ ശാലിനി. അയ്യോ...

"എന്റെ പൊന്നേ ചതിക്കല്ലേ,,, നമ്മുടെ മക്കൾക്ക് പിന്നെ ആരാണുള്ളത്?"

മുറിയിൽക്കടന്ന് അവൾക്കുനേരെ ഓടി കാലുപിടിക്കാൻ ശ്രമിച്ചപ്പോൾ ഒഴുകുന്നതായി തോന്നി. വായുവിലൂടെ ഒഴുകി പിന്നിലെ ചുമരിലൂടെ വരാന്തയിലേക്ക് വീഴുന്നതിനുമുൻപ് പ്രതിബിംബം കാണാത്ത കണ്ണാടിക്കുമുന്നിൽ ഇരുന്നപ്പോൾ മേലോട്ടുനോക്കി.

ശാലിനിയതാ താഴേക്ക് ഇറങ്ങുന്നു!

മേശയുടെ വക്കിലൂടെ ഊർന്നിറങ്ങിയ ശാലിനി സ്വിച്ച് ഓൺ ചെയ്തപ്പോൾ തിങ്ങിനിറഞ്ഞ വെളിച്ചം അശോകന്റെ ആത്മാവിനകത്ത് തുളച്ചുകയറിയ നേരത്ത് സകലശക്തിയും പ്രയോഗിച്ച് വിളിച്ചു.

"ശാലിനീ... എന്റെ പൊന്നേ..."

മുറിയിൽ പ്രകാശം പരന്നപ്പോൾ ഫ്യൂസായ ബൾബുമായി പോകുന്നതിനിടയിൽ ശാലിനി പറഞ്ഞത് വ്യക്തമായി കേട്ടു,

"ഒരു ബൾബ് മാറ്റിയിടാനാണോ പ്രയാസം. ഓരാള് മരിച്ചെന്നുവെച്ച്. വീട്ടിനകത്ത് സ്വാതന്ത്ര്യവും വെളിച്ചവും കടക്കട്ടെ."

******

സുനാമികൾ പിറക്കുന്ന നേരം

വളരെക്കാലത്തെ ഇടവേളക്കുശേഷം ശ്രീദേവിയമ്മ ചിരിച്ചു. ഏതാനും മണിക്കൂർ കഴിഞ്ഞാൽ ലഭിക്കാനിടയുള്ള സ്വാതന്ത്ര്യത്തെ ഓർത്തപ്പോൾ മനസ്സുതുറന്ന് ശരിക്കും പൊട്ടിച്ചിരിച്ചു. വീട് അടച്ചുപൂട്ടിയിട്ട് മകനും മരുമകളും ജോലിക്ക് പോയാൽ, അകത്തിരിക്കുന്ന പ്രായമായ അമ്മയുടെ മനസ്സുനിറയെ തനിക്കുചുറ്റും വലയംചെയ്യുന്ന ഏകാന്തതയെ അകറ്റാനായി വരുന്ന മുൻപരിചയമില്ലാത്ത ചെറുപ്പക്കാരൻ മാത്രമാണ്. ഓർമ്മകളിൽ ആഴ്ന്നിറങ്ങിയപ്പോൾ അവരുടെ ഉള്ളിൽനിന്നും തുളുമ്പിവരുന്ന ആഹ്ലാദം മുഖത്ത് പ്രകടമായി. മനസ്സിന്റെ കണ്ണാടിയാണല്ലോ മുഖം,,

തുറന്നിട്ട ജാലകത്തിലൂടെ അകലേക്ക് നോക്കിയിട്ട് ശ്രീദേവിയമ്മ മനസ്സിൽ പറഞ്ഞു, "ഏത് വഴിയായിരിക്കും അവൻ വരുന്നത്? ഏതു വഴിയിലൂടെയായാലും വരും, വരാതിരിക്കാനാവില്ല'. ആർക്കും വേണ്ടാത്ത അമ്മക്കൊരു കൂട്ടായി വരുന്ന അവനെക്കുറിച്ച് കൂടുതലായൊന്നും അറിയില്ലെങ്കിലും അവന് അമ്മയെ നന്നായി അറിയാം.

ജീവിതനാടകത്തിലെ അവസാനരംഗത്തിന്റെ ഒടുവിൽ കർട്ടൻ താഴുന്നതുംകാത്ത് വല്ലാത്തൊരു ഭയത്തോടെ അഭിനയിക്കുന്ന വൃദ്ധയായ അമ്മയുടെ ദിനരാത്രങ്ങൾക്ക് പുത്തൻ താളലയം ആരംഭിച്ചിട്ട് ഏതാനും ദിവസങ്ങളായി. ഭൂതകാലങ്ങളെ മാത്രം അയവിറക്കിക്കൊണ്ട് ശോകമൂകമായി, മുന്നിലുള്ള ഒന്നുംതന്നെ കാണുകയോ, കേൾക്കുകയോ, അറിയുകയോ ചെയ്യാത്തമട്ടിൽ നാളുകൾ തള്ളിനീക്കുന്ന വൃദ്ധയുടെ ഉള്ളം കൈയിൽ പതിച്ച തേൻതുള്ളിപോലെയാണ് അവൻ വന്നത്. പറയുന്നതെല്ലാം കേൾക്കാനും മറുവാക്ക് ഉരിയാടാതെയും ദിവസങ്ങൾ കടത്തിവിടാൻ ശീലിച്ച അവർക്ക് മിണ്ടാനും പറയാനുമായി ഒരു മനുഷ്യജീവി വന്നപ്പോഴുള്ള സന്തോഷം മനസ്സിൽ പതഞ്ഞുപൊങ്ങുകയാണ്. ശ്രീദേവിയമ്മ എന്നൊരു സ്ത്രീ ജീവിച്ചിരിക്കുന്നുണ്ട് എന്ന് ഉൾക്കൊള്ളാനാ

വാത്ത മനസ്സുമായി ഇടപഴകുന്ന വീട്ടുകാരുടെയും നാട്ടുകാരുടെയും ബന്ധുക്കളുടെയും ഇടയിൽ അവരെ സ്വന്തമാണെന്ന് പറഞ്ഞ് അംഗീകരിക്കാനായി ദൈവം ഒരു ചെറുപ്പക്കാരനെ അയച്ചിരിക്കുന്നു.

നേരം പുലർന്നശേഷം എത്രാമത്തെ തവണയാണ് ഒരേകാര്യം തന്നെ മനസ്സിൽ പറഞ്ഞ് ആശ്വാസം കൊള്ളുന്നതെന്ന് അവർക്കു തന്നെ അറിയാതായി. അകലെനിന്നും അവൻ വരുന്നത് കാണാനായി കാത്തിരിക്കുന്ന അമ്മ ഓരോ നോട്ടത്തിലും നിരാശയിലാണ്ടു. ചെറുപ്പക്കാരെല്ലാം കാറിലും ബൈക്കിലും സഞ്ചരിക്കുന്ന ഈ കാലത്ത് കാൽനടയായി മാത്രം സഞ്ചരിക്കുന്ന അവന്റെ ശീലത്തെക്കുറിച്ച് ആശ്ചര്യപ്പെട്ടിട്ടുണ്ട്. ഒരിക്കൽ ചോദിച്ചു,

“മോനെന്താ എപ്പോഴും നടക്കുന്നത്? ഒരു വണ്ടി വാങ്ങിക്കൂടേ?”

“എനിക്ക് മണ്ണിൽ ചവിട്ടി നടക്കാനാണിഷ്ടം, പിന്നെ ഇങ്ങനെ നടന്നതുകൊണ്ടല്ലേ എന്റെ പുന്നാര അമ്മയെ കാണാനും പരിചയപ്പെടാനും ഇടയായത്.”

അപ്രതീക്ഷിതമായ മറുപടിയിൽ അവർ പകച്ചുപോയി; ഓർമ്മയിൽ വന്നത്, വണ്ടി കേടായാൽ ലീവെടുത്ത് വീട്ടിലിരിക്കുന്ന മകനെയാണ്...

മക്കൾ ഒരുക്കിയ തടവറയിൽനിന്നും ശ്രീദേവിയമ്മ അടുക്കളയിലേക്ക് നടന്നു. മേശപ്പുറത്ത് തുറന്നുവെച്ച ഗ്ലാസ്സിലെ തണുത്ത ചായ ഒരുകവിൾ കുടിച്ചശേഷം പ്ലെയിറ്റിന്റെ മൂടി തുറന്നു. ഉണക്ക ചപ്പാത്തിക്ക് കൂട്ട് സാമ്പാറ് കറി; രണ്ടും ഇഷ്ടമില്ലാത്തത്. തിന്നാൻ കഴിയാത്തത് ഉണ്ടാക്കിയാൽ പട്ടിണികിടന്ന് വയസ്സിത്തള്ളയുടെ കാറ്റുപോകട്ടെയെന്ന് മരുമകൾ ചിന്തിച്ചാലെന്ത് ചെയ്യും. തന്നോട് ചെയ്യുന്നതെല്ലാം പലിശസഹിതം അവൾക്ക് തിരിച്ചുകിട്ടുമെന്ന് ആശ്വസിച്ചുകൊണ്ട് നേരെ അടുക്കളയിൽ കടന്നു. പതിവുപോലെ എല്ലാം അടച്ചുപൂട്ടിയിരിക്കുന്നു,, അലമാരകളും ഫ്രിഡ്ജും സ്റ്റോർ റൂമും അടച്ചുപൂട്ടി താക്കോലുമായാണല്ലോ അവളുടെ നടപ്പ്. വീടും പറമ്പും സ്വന്തമാണെന്ന് പറഞ്ഞിട്ടെന്ത് കാര്യം,, എല്ലാം അവൾ തട്ടിയെടുത്തില്ലെ; അടുക്കള കൈവിട്ട വീട്ടമ്മയുടെ ദുഃഖം അസഹനീയമാണ്; പ്രായമായതോടെ വീട്ടിലെ സ്ഥാനവും പോയില്ലേ.

ചൂടുവെള്ളം കുടിച്ചശേഷം മുഖം കഴുകി പെട്ടെന്ന് തിരിച്ചെ

ത്തി ജനാലക്കരികിൽ വന്ന് അകലേക്ക് നോട്ടമയച്ചപ്പോൾ ശ്രീദേവിയമ്മക്ക് സമയബോധം വന്നു,, അവൻ വരാനുള്ള സമയം ആയിട്ടില്ല...

അവൻ... ആരാണവൻ?... ഉത്തരങ്ങൾക്കായി അവർ പരതി...

മുൻപരിചയക്കാരൻ?

അയൽക്കാരൻ?

ബന്ധു?

മകൻ?

അല്ലേയല്ല...

അങ്ങനെ ഒറ്റവാക്കിന് പറയാമോ;

അവൻ ആരുമല്ലെന്ന് ഒറ്റവാക്കിന് പറയാൻ പറ്റുമോ?

ശ്രീദേവിയമ്മയുടെ ജീവിതത്തിലിപ്പോൾ അവൻ മാത്രമാണുള്ളത്.

ഒരുപക്ഷെ മക്കളേക്കാൾ ഉപരി...

പിന്നെന്ത് വേണം?

പരിചയപ്പെട്ടതിന്റെ പിറ്റേന്ന് ചോദിച്ചു.

"മോന്റെ പേരെന്താ?"

"അമ്മേ, എനിക്ക് പേരില്ല. നിങ്ങളെന്നെ മോനേ എന്നു വിളിച്ചില്ലേ,, ഞാൻ അമ്മയുടെ മകൻ, അതിനിടയിൽ എന്തിനാണൊരു പേര്?"

"എന്നാലും. ഞാൻ നിനക്കൊരു പേരിടട്ടെ."

"അമ്മയുടെ ഇഷ്ടം."

"അപ്പുണ്ണി."

"അതാരാ?"

"അത്, പിറക്കാതെപോയ എന്റെ മകനാണ്. ഒരാണിനേം രണ്ട് പെണ്ണിനേം പെറ്റപ്പോൾ നാലാമതായി എന്റെ വയറ്റിൽ ഉണ്ടായവനാണ്. പത്ത് മാസംകഴിഞ്ഞ് ജനിച്ചെങ്കിൽ നിന്നെപ്പോലൊരുത്തനായിരിക്കും. ആശൂത്രീൽ പോയിട്ട് അവനെ മുറിച്ചുമാറ്റിയപ്പോൾ ഞാനെത്ര കരഞ്ഞതാ. അവന് ഞാനിട്ട പേരാണ് അപ്പുണ്ണി."

എല്ലാം കേട്ടുകഴിഞ്ഞ് 'അതൊന്നും സാരമില്ല' എന്ന് പറഞ്ഞു കേൾക്കുമ്പോൾ എന്തൊരു ആശ്വാസം. വർഷങ്ങൾക്കുശേഷം മിണ്ടാനും പറയാനുമായി ഒരാൾ. ആകെയൊരു സുഖം!

മാസങ്ങൾക്ക് മുൻപുള്ള ഒരു ദിവസം,,,

ആ വീട്ടിൽ അപ്രതീക്ഷിതമായ ഒരു സമാഗമം നടന്നു. തുറന്നി

ട്ട ജാലകത്തിലൂടെ അകലെയുള്ള ജനക്കൂട്ടത്തെ കൊതിയോടെ നോക്കുന്ന ശ്രീദേവിയമ്മയുടെ തൊട്ടുമുന്നിൽ പെട്ടന്നാണ് ഒരു ചെറുപ്പക്കാരൻ പ്രത്യക്ഷപ്പെട്ടത്; മുഖത്തോടു മുഖം നോക്കിയതോടെ ഇരുവരും ഞെട്ടിയപ്പോൾ ഒന്നിച്ച് ചോദ്യം വന്നു,

"ആരാ?"

"ഞാൻ വെറുതെ നടക്കാൻ. അമ്മ ഇവിടെ?"

"അമ്മ..."

ശ്രീദേവിയമ്മ നിശ്ശബ്ദയായി, മറുപടി പറയാതെ ആ ചെറുപ്പക്കാരന്റെ മുഖത്തേക്ക് നോക്കി. കണ്ണിൽ നിന്നും രണ്ടുതുള്ളി കണ്ണുനീർ പൊടിഞ്ഞുവോ. അതുകണ്ടിട്ടാവണം അവൻ അടുത്തുവന്ന് ജനാലക്കമ്പി പിടിച്ച് പതുക്കെ ചോദിച്ചു.

"എന്തിനാ കരയുന്നത്?"

"ഒന്നുമില്ല മോനെ, നീയേതാ?"

"എനിക്കാരുമില്ല, റോഡിലൂടെ നടക്കുമ്പോൾ വെയിലു കൊള്ളാതിരിക്കാൻ ഇങ്ങോട്ടു വന്നതാ."

"കുടിക്കാൻ എന്തെങ്കിലും? അതിന് മക്കള് പോകുമ്പോൾ വാതിലൊക്കെ അടച്ചിരിക്കയാ."

"അയ്യോ ഞാനകത്തോട്ടൊന്നും കയറുന്നില്ല. പിന്നെ ആരെങ്കിലും കണ്ടാലോ. അമ്മ വാതിൽ തുറക്കേണ്ട; കാലം അത്രക്ക് നല്ലതല്ല."

പിന്നെയങ്ങോട്ട് പരിചയപ്പെടുത്തലുകളുടെ തിരക്ക് ആയിരുന്നു; അവനാകെ സംശയം.

"പ്രായമായ അമ്മയിങ്ങനെ ഒറ്റയ്ക്ക്?"

"അതൊക്കെ ഒരു യോഗമാണ്. മക്കളെ വളർത്തിയതിനുള്ള ശിക്ഷ. അമ്മയെ അകത്താക്കി വീടിന്റെ വാതിലടച്ച് പൂട്ടിയിരിക്കയാ. കാണാൻ വലിയ വീടാണ്; എന്നിട്ടോ? മരുമോള് പൊറത്തൂന്ന് പൂട്ടി താക്കോലുംകൊണ്ട് പോയിരിക്കയാ. എന്റേതാണെന്ന് പറഞ്ഞിട്ടെന്ത് കാര്യം? എല്ലാം അറിയുന്ന അയാളെ ദൈവം നേരത്തെ വിളിച്ചില്ലേ."

"അയാളോ? ആര്?"

"മക്കളുടെ അച്ഛൻ, അങ്ങേര് നേരത്തേ പോയി. വലിയ ഓഫീസറായതുകൊണ്ട് അവരുടെ പെൻഷൻ മാസാമാസം എനിക്ക് കിട്ടുന്നുണ്ട്. എന്നിട്ടോ? അതെല്ലാം മൂത്തമോനും കെട്ടിയോളും എ

ടുക്കുന്നു. മറ്റുള്ള മക്കൾക്ക് കൊടുക്കാതിരിക്കാനായി എന്നെയിവിടെ അടച്ചുപൂട്ടുന്നു."

"അമ്മക്ക് ഈ മുറിവിട്ട് പോകാനാവില്ലേ?"

"അടുക്കളയിലും അതിനുപിന്നിലെ വരാന്തയിലും പോകാം, പിന്നെ അത്യാവശ്യമാണെങ്കിൽ അടുക്കളവാതിൽ തുറന്ന് മുറ്റത്തിറങ്ങാനും കഴിയും. പക്ഷെ അങ്ങനെയൊന്നും പാടില്ലെന്നാണ് അവളുടെ ഓർഡർ."

ചെറുപ്പക്കാരന്റെ നിത്യസന്ദർശനം ശ്രീദേവിഅമ്മയുടെ ജീവിതത്തിന് പുത്തനുണർവ്വും ഉന്മേഷവും നൽകി. ദിവസങ്ങൾ കഴിഞ്ഞപ്പോഴാണ് അവനോട് ഒരു സഹായം ആവശ്യപ്പെട്ടത്. പെട്ടെന്ന് മറുപടി വന്നു.

"എന്നെക്കൊണ്ട് പറ്റുന്നതൊക്കെ ഈ അമ്മക്കുവേണ്ടി ഞാൻ ചെയ്യും."

"മോന്റെ കൈയിലെ മൊബൈലിൽ ഇതൊന്ന് വിളിക്കുമോ?"

മുഷിഞ്ഞു പഴകിയ കടലാസുതുണ്ടിലെ പകുതിമാഞ്ഞ അക്കങ്ങൾ നോക്കിയിട്ട് അവൻ ചോദിച്ചു.

"ഇതാരുടേതാണ്?"

"ഇളയ മോളുടേതാണ്, അവളുടെ ഒച്ചകേട്ടിട്ട് അഞ്ചാറ് കൊല്ലമായി."

"മകളിവിടെ വരാറുണ്ടോ?"

"വരുന്നില്ലെങ്കിലും എന്റെ പൊന്നുമോള് ദിവസേന വിളിക്കുമായിരുന്നു. അതേപറ്റി ഞാൻ ചോദിക്കുമ്പം ഇവിടെ എല്ലാർക്കും ദേഷ്യമാ? അധികം ചോദിക്കുമ്പം പറയും മോള് ചത്തുപോയെന്ന്,, അതെങ്ങനെയാ? വയസ്സായ അമ്മ ജീവിക്കുമ്പോഴ് മോള് ചത്തുപോകുമോ."

"ചത്തുപോയെന്നോ?"

"എന്നെക്കൊണ്ടെന്ത് ചെയ്യാനാണ്? മോളെ കണ്ടിട്ട് ഒരുപാട് നാളായി. അമ്മേന്റെ വിഷമം മക്കൾക്ക് അറിയില്ലല്ലൊ."

അമ്മയുടെ കണ്ണിൽ നിന്നും പൊടിയുന്ന ചൂടുള്ള കണ്ണുനീർ ജനാലയുടെ അഴികളിലൂടെ നീട്ടിയ കൈകളിൽ ഉൾക്കൊണ്ടിട്ട് അവൻ പറഞ്ഞു.

"ഞാൻ വിളിക്കാം. അമ്മക്ക് മകളോട് നേരിട്ട് സംസാരിക്കാമല്ലോ."

നമ്പർ ഡയൽ ചെയ്ത് കാത്തിരുന്നശേഷം നിരാശയോടെ അവൻ പറഞ്ഞു.

"ഇപ്പോൾ റെയിഞ്ച് കുറവാണല്ലോ. പിന്നീട് വിളിച്ചിട്ട് അമ്മയെ കാണാൻ പറയാം. മകൾ ഓടിവരും. ഉറപ്പ്."

രണ്ടു ദിവസം കഴിഞ്ഞപ്പോൾ വന്നപാടെ വിളിച്ചുകൂവി.

"അമ്മേടെ മകളെ ഞാൻ വിളിച്ചു,, ഇങ്ങോട്ട് വരാൻ എന്തോ പ്രയാസം. എന്നാലും ഒരാഴ്ച കഴിഞ്ഞ് അമ്മയെ കാണുമെന്ന് പറഞ്ഞു."

ശ്രീദേവിയമ്മക്ക് ഒരിക്കലും മറക്കാനാവാത്ത വാർത്തയാണ് ഇന്നലെ കേൾക്കാൻ കഴിഞ്ഞത്, ദൂരേന്ന് തന്നെ അവൻ വിളിച്ചുകൂവി,

"അമ്മേ, അമ്മ തയ്യാറായിക്കോ... നാളെ അമ്മയ്ക്ക് മകളെക്കാണാം."

"അയ്യോ, അത്?"

"അതൊക്കെ ഞാൻ ശരിയാക്കി, അമ്മേടെ മോള് ഇവിടെ വരില്ലെങ്കിലും ഞാൻകണ്ട് സംസാരിച്ചു. ഇവിടെന്ന് ഓട്ടോയിൽ പോയിട്ട് കടൽക്കരയിലുള്ള ഒരു വീട്ടിൽ എത്തിച്ചേരണം; അവിടെ മകൾ വരും. ഇനിയുള്ള കാലത്ത് അമ്മയെ സ്വന്തംവീട്ടിൽ താമസ്സിപ്പിച്ച് പൊന്നുപോലെ നോക്കുമെന്നാണ് അമ്മേടെ മോള് പറഞ്ഞത്."

"അയ്യോ, ഇവിടെ? എന്റെ മോൻ അറിഞ്ഞാലോ?"

"അവരെങ്ങനെ അറിയാനാണ്? പിന്നെ മകൾക്കൊപ്പം താമസ്സിച്ചാൽ പ്രശ്നങ്ങൾ വരുന്നതൊക്കെ പിന്നീട് ആലോചിച്ചാൽ പോരെ?"

പെട്ടെന്ന് പോകുന്നതിനിടയിൽ അവൻ ഒരുകാര്യം കൂടി അറിയിച്ചു.

"നാളെ അടുക്കളവാതിൽ തുറക്കാൻ കഴിയണം. പിന്നെ മകൾക്ക് കൊടുക്കാനുള്ളതെല്ലാം എടുത്തോളണം. ഇനി ഇങ്ങോട്ടൊരു വരവ് ഉണ്ടാവുകയില്ല."

"കഴുത്തിലും കാതിലുമായി ഉള്ളതെല്ലാം എന്റെ മോൾക്ക് ഉള്ളതാ. കൊറേക്കാലമായി കൂട്ടിവെച്ച കൊറച്ച് പണവും ഉണ്ട്. അതെല്ലാം എടുക്കും, അലമാരിക്കകത്താണ്."

"അമ്മയെന്താ ഒറക്കമൊണോ?"

പെട്ടെന്നാണ് അവൻ പ്രത്യക്ഷപ്പെട്ടത്. ശ്രീദേവിയമ്മക്ക് സന്തോഷം സഹിക്കവയ്യാതായി. ജനാലക്കു പിന്നിൽ ഒളിച്ചിരുന്നുകൊണ്ട് അവൻ നീട്ടിയ കൈ പിടിച്ചപ്പോൾ ദേഹമാസകലം പടർന്നു കയറിയ കുളിര് കാരണം ഇരു കവിളുകളും ചുവന്ന് തുടുക്കുന്നത് അവരറിഞ്ഞു. ഏതാനും മിനിറ്റുകൾക്കുശേഷം കാണാൻ പോകുന്ന പ്രിയപ്പെട്ട മകൾ; എന്നും എന്നെന്നും പ്രിയപ്പെട്ടവൾ. അവരുടെ ഉള്ളിൽ ആവേശം അലതല്ലി.

"നീ കണ്ടോ. എന്റെ മോള് വന്നിട്ടുണ്ടോ?"

"മോൾക്ക് സുഖംതന്നെ. പിന്നെ അല്പസമയം കഴിഞ്ഞാൽ അമ്മക്ക് നേരിട്ട് കാണാമല്ലൊ; പിന്നെന്തിനീ വെപ്രാളം?"

"അത് നൊന്തുപെറ്റ വയറിനുമാത്രം അറിയുന്നതാണ്, മോള് കാണാനെങ്ങനെയുണ്ട്?"

"കൂടുതലായൊന്നും എനിക്കറീല്ല, എല്ലാം അമ്മയുടെ സന്തോഷത്തിനായ് ചെയ്യുന്നു."

"കുറച്ചു സാധനങ്ങൾ എടുക്കാനുണ്ട്,, മോനകത്തു വാ,, അടുക്കളവാതിൽ തുറന്നുതരാം."

മകനും മരുമകളും ജോലിക്കുപോയാൽ ചെയ്യാനുള്ളതെല്ലാം അവർ കണക്കുകൂട്ടി വെച്ചിരുന്നു.

ശ്രീദേവി എന്ന വൃദ്ധയിതാ വർഷങ്ങൾക്കുശേഷം സ്വാതന്ത്ര്യത്തിന്റെ ശുദ്ധവായു ശ്വസിക്കുകയാണ്. പൊക്കിൾക്കൊടി മുറിച്ചു മാറ്റാത്ത കുഞ്ഞ് ആദ്യമായി ചെയ്യുന്നതുപോലെ ചുറ്റും പരക്കുന്ന അന്തരീക്ഷത്തെ ആവോളം ഉള്ളിലേക്കെടുത്തപ്പോൾ ശ്രീദേവി അമ്മയുടെ ദേഹത്ത് പുതുജീവൻ പരന്നു. വായുവിന് ഇത്രയും സുഗന്ധമുണ്ടെന്ന് അറിയുന്നത് ഇപ്പോഴാണ്. വാതിലൊക്കെ അടച്ചശേഷം പുതിയതായി വന്നുചേർന്ന മകന്റെ കൈ മുറുകെപിടിച്ച് പടിയിറങ്ങുമ്പോൾ അവസാനമായി അവർ സ്വന്തം വീടിനെയൊന്ന് നോക്കി.

പെട്ടെന്ന്... ആ വീട് അവർക്ക് അന്യമായി തോന്നാൻ തുടങ്ങി.

ഏതായാലും ഇനിയിങ്ങോട്ടൊരു വരവ് ഉണ്ടാവാതിരിക്കട്ടെ.

കണക്കുകൂട്ടി ഇറങ്ങുമ്പോൾ അവന്റെ ചോദ്യം.

"ഇതൊക്കെ എന്താണ് കൈയിൽ?"

"എല്ലാം ഈ കിഴവിയുടെ സമ്പാദ്യമാണ്, ഇനിയത് എന്റെ മോൾക്ക് കൊടുക്കും. ആരാന്റെ വീട്ടിന്ന് വലിഞ്ഞുകയറി വന്നവളൊ

ന്നും എന്റെ മൊതല് തിന്നേണ്ട."

"അതാരാ, ആരാന്റെ വീട്ടിന്ന് വന്നവൾ?"

"ഓ. അതാ ഭദ്രകാളി... അന്റെ മോന്റെ കെട്ടിയോള്."

പുല്ല് വളരുന്ന തുളസിത്തറയും പൂക്കളില്ലാത്ത കണിക്കൊന്നയും പിന്നിട്ട് അവർ നടന്നു. റോഡരികിൽ നിർത്തിയ ഓട്ടോയിൽ അവന്റെ കൈപിടിച്ച് കയറിയപ്പോൾ ആ അമ്മയുടെ ഉള്ളിന്റെ ഉള്ളിൽ സന്തോഷം അലതല്ലി. സ്വാതന്ത്ര്യത്തിന് ഇത്രയും മധുരമുണ്ടെന്ന് ആദ്യമായി അറിയുകയാണ്. ഇനിയൊരിക്കലും മകനെ പേടിക്കേണ്ട, മരുമോളെ പേടിക്കേണ്ട, കൊച്ചുമക്കളുടെ കുത്തുവാക്കുകൾക്ക് ചെവി കൊടുക്കേണ്ട.

"ഉറങ്ങിയിട്ട് മതിയായില്ലേ?"

ശബ്ദം കേട്ടപ്പോൾ ശ്രീദേവിയമ്മ ഞെട്ടി; ഓട്ടോ നിർത്തിയിരിക്കുന്നു. ഇത്രയും നേരം ഉറങ്ങിപ്പോയോ? ഡ്രൈവിംഗ് സീറ്റിൽനിന്ന് ഇറങ്ങിവന്നവൻ കൈനീട്ടിയപ്പോൾ ചോദിച്ചു,

"മോനേ ഇതേതാ സ്ഥലം?"

"എത്രനേരമാ ഉറങ്ങിയത്? ഈ സ്ഥലമൊന്നും പരിചയമുണ്ടാവില്ല; വേഗം നടക്ക്, തൊട്ടപ്പുറത്ത് കടലാണ്,, ശബ്ദം കേൾക്കുന്നില്ലേ?"

"ആ കേൾക്കുന്നുണ്ട്. പക്ഷെ?..."

"എന്തോന്ന് പക്ഷെ,, പണ്ടത്തെപ്പോലെയാണോ ഇപ്പോൾ? എല്ലാം മാറിപ്പോയില്ലേ."

"എന്നാലും, എത്ര ഉയരോള്ള വീടുകളാണ് അന്റെ മോള്?"

"കടപ്പുറത്ത് ആ കാണുന്ന പഴയ വീടിനടുത്ത് എത്തണം. കാറോടിച്ചിട്ട് മോളവിടെ വരും."

"മോള് കാറോടിക്കാനോ? കാറിൽ കയറാൻ തന്നെ പേടിയുള്ളവള്?."

"കാലം കൊറേ കഴിഞ്ഞു, എല്ലാം മാറിപ്പോയി. നിങ്ങളെ മകൾ കാറ് മാത്രമല്ല പ്ലെയിനും ഓടിക്കും. വേഗം നടന്നാട്ടെ."

അതുവരെ കൈപിടിച്ച് തനിക്കൊപ്പം നടന്നവൻ കൈവീശി മുന്നോട്ട് നടക്കുമ്പോൾ ഒപ്പമെത്താൻ ശ്രീദേവിയമ്മ പ്രയാസപ്പെട്ടു. വളരെക്കാലമായി നടത്തം മറന്ന കാലുകൾ വേദന അറിയാൻ തുടങ്ങി. മനസ്സിലിടം പിടിക്കാത്ത മാറ്റത്തിന്റെ കാഴ്ചകൾക്കു പകരമായി പഴമയെ തിരഞ്ഞപ്പോൾ നിരാശയാണ് തോന്നിയത്. അ

പ്പോഴാണ് അവരെ കോരിത്തരിപ്പിച്ചുകൊണ്ട് തിരമാലകളുടെ ശബ്ദം ഉയർന്നത്. വർഷങ്ങൾക്കുമുൻപ് പരിചയപ്പെട്ട അതേ താളത്തിൽ തിരമാലകളുടെ സംഗീതം മുത്തശ്ശിയെ വിളിക്കുകയാണ്.

"മോനേ... കടലിൽ തിരകൾ... അത്."

"ഞാൻ പറഞ്ഞില്ലേ കടപ്പുറമാണെന്ന്. തള്ളേ വേഗം നടക്ക്, മകളിപ്പം വരും."

"മോനെ ഈ തിരകൾ വലിയതായാൽ എന്തോ പറയുമല്ലോ."

"അതല്ലെ സുനാമികൾ,, എന്താ സുനാമി കാണണോ?"

"സുനാമി കാണാൻ നല്ല രസമായിരിക്കും, വെല്യ പീറ്റത്തെങ്ങിനെക്കാളും ഒയരത്തിലുള്ള തിര... അയ്യോ എനിക്ക് അതൊന്നും വേണ്ട."

ശ്രീദേവിയമ്മ പ്രയാസപ്പെട്ട് നടക്കുകയാണ്. കൂടെയുള്ള ചെറുപ്പക്കാരന്റെ സ്വഭാവത്തിൽ പെട്ടെന്നുവന്ന മാറ്റം ഉൾക്കൊള്ളാനാവാത്ത മനസ്സുമായി അവനൊപ്പം എത്തിച്ചേരാൻ വെപ്രാളപ്പെടുകയാണ്.

അവരുടെ മനസ്സിലൂടെ സുനാമികൾ കടന്നുപോയി. ഉയർന്നുയർന്ന് പൊട്ടിച്ചിതറി നാടും നഗരവും വെള്ളത്തിൽ മുക്കുന്ന സുനാമികൾ. അതിൽ മുങ്ങിയിട്ട് അവസാനിക്കാനുള്ളതല്ല ജീവിതം. സ്വാതന്ത്ര്യം ലഭിച്ച അമ്മക്ക് കുറച്ചുകാലംകൂടി പുറംലോകത്ത് ജീ!വിക്കണം. മകളെ കാണണം, കൊച്ചുമക്കളെ കളിപ്പിക്കണം. അങ്ങനെ എന്തെല്ലാം.

ശ്രീദേവിഅമ്മ സുനാമിയെകുറിച്ച് ചിന്തിക്കുമ്പൊൾ അവരെ വെളിയിലിറങ്ങാൻ സഹായിച്ച ചെറുപ്പക്കാരൻ മൊബൈലിൽ സംസാരിക്കുന്ന തിരക്കിലാണ്,

"തള്ളക്ക് എന്നെ വലിയ വിശ്വാസമാ. അതുകൊണ്ട് അഞ്ചാറ് ഫ്രന്റ്സിനേം വിളിച്ചിട്ട് ഷെയർ ചെയ്തോ; ചത്താലും കൊഴപ്പമില്ല. പിന്നെ കൈയിലുള്ള പൊന്നും പണവുമൊക്കെ എനിക്കുവേണം. കട്ടപ്പുറത്തായ പഴയമോഡൽ വണ്ടിയാണെങ്കിലും ബോഡി സൂപ്പറാ. അതുകൊണ്ട് ടെസ്റ്റ് ചെയ്യുമ്പോൾ പൊട്ടിത്തെറിയൊക്കെ ഉണ്ടാവും; ശ്രദ്ധിക്കണം."

******

ഇനി അവൾ ഉറങ്ങട്ടെ

അർദ്ധരാത്രി കഴിഞ്ഞപ്പോൾ പ്രിയ രമേശിന്റെ ഉറക്കം ഞെട്ടി. ചുറ്റുപാടും പടർന്ന കട്ടിപിടിച്ച ഇരുട്ടിൽ തുറിച്ചുനോക്കിയിട്ട് വല തുകൈകൊണ്ട് അന്വേഷിച്ചപ്പോൾ അവളൊന്ന് ഞെട്ടി. ലൈറ്റ് ഓൺ ചെയ്തപ്പോൾ കാര്യം തിരിച്ചറിഞ്ഞു; 'അദ്ദേഹം കിടക്കവിട്ട് എഴുന്നേറ്റ് പോയിരിക്കുന്നു, ഇനി കുളിമുറിയിലോ വരാന്തയിലോ കാണുമായിരിക്കും'. അരിശം വരാൻ തുടങ്ങിയെങ്കിലും അവളുടെ മുഖത്ത് ശാന്തഭാവം കളിയാടിയിരുന്നു.

പ്രിയയുടെ ജീവിതത്തിൽ ഇതൊന്നും ആദ്യസംഭവമല്ല. അവളുടെ രാവുകളിൽ ഇത്തരം നാടകങ്ങൾ അരങ്ങേറാൻ തുടങ്ങിയിട്ട് വർഷങ്ങളേറെയായി. സഹിക്കാനും ഒതുക്കാനുമുള്ള മനസ്സുമായിട്ട് പിറവിയെടുക്കുന്നവരാണല്ലോ സ്ത്രീകൾ. എല്ലാം അറിയുന്നവളാണെങ്കിലും ഒന്നും അറിയാത്തതുപോലെ അടുക്കളയിൽ എരിഞ്ഞടങ്ങേണ്ടവളാണെന്ന് പൊതുജനം വിളിച്ചുകൂവുന്ന കാലമാണല്ലോ.

ദേഹം മൂടിയ പുതപ്പ് തട്ടിക്കുടഞ്ഞെഴുന്നേറ്റ് ആടയാഭരണങ്ങളൊക്കെ സ്ഥാനത്തുണ്ടെന്ന് പരതിനോക്കി ഉറപ്പിച്ചശേഷം പ്രിയ നേരെ അടുക്കളയിലേക്ക് നടന്നു. കഥാനായകനായ ഭർത്താവ് അവിടെയില്ലെന്നറിഞ്ഞപ്പോൾ അവളുടെ അന്തരംഗം പിടഞ്ഞു. തലയിൽ കൈവെച്ച് ഉച്ചത്തിൽ വിളിച്ചു,

"രമേശേട്ടാ."

വീണ്ടും വിളിക്കാനായി വായതുറക്കുമ്പോൾ അലമാരയുടെ പിന്നിൽനിന്നും അയാളുടെ അലർച്ച കേട്ടു, ഒപ്പം മുഖമടച്ച് അടിയും; ആകെ ഞെട്ടിയിട്ട് നിലത്തിരുന്നപ്പോൾ കേട്ടു.

"അസത്ത്, എന്താടി വിളിച്ചു കൂവുന്നത്. കെട്ടിയവൻ ചത്തുപോയീന്ന് വിചാരിച്ച് നാട്ടുകാരെ വിളിച്ചു വരുത്തുന്നോ?"

"അയ്യോ, അത്..."

"മിണ്ടിപ്പോകരുത്,, നിന്നെയൊക്കെ എനിക്കറിയാം. നായിന്റെ

മോളെ, നിനക്ക് ആണുങ്ങളെ കൂടെ കറങ്ങാൻ പോണം. അതൊന്നും ഇവിടെ നടക്കില്ല."

എല്ലാം വിധിയെന്നോർത്ത് അകത്തേക്ക് നടക്കുമ്പോൾ അയാൾ എന്തൊക്കെയോ പറയുന്നുണ്ടായിരുന്നു.

ഇത് പ്രിയ രമേശ് എന്ന ഭാര്യയുടെ ഗതികേടാണ്, വിവാഹിതരായ മക്കളും കൊച്ചുമക്കളും ഒക്കെ ഉണ്ടായിട്ടും വയസാം കാലത്ത് ഈ മനുഷ്യന്റെ സ്വഭാവം മാറുന്നില്ലല്ലോ. ഹോ, ഒരു കണക്കിന് മക്കളെല്ലാം രക്ഷപ്പെട്ടിരിക്കയാണ്, നല്ലൊരു ഭർത്താവിന്റെ കൂടെ നല്ലൊരു കുടുംബത്തിൽ അവരൊക്കെ ജീവിച്ചു പോകട്ടെ. പ്രസവിച്ചത് മൂന്നും പെണ്ണായത് ഭാഗ്യമാണ്, ആണായിരുന്നെങ്കിൽ ഈ വീട്ടിലൊരു കൊലപാതകം നടക്കും, ഒന്നുകിൽ സഹിക്കവയ്യാതെ അച്ഛനെ മകൻ കൊല്ലും, അല്ലെങ്കിൽ ദേഷ്യം വന്ന അച്ഛൻ മകനെ കൊല്ലും. അത്രക്കു നല്ല സ്വഭാവമാണല്ലോ ഇവിടെയുള്ളാൾക്ക്.

പ്രിയയുടെ ജീവിതം അപ്രതീക്ഷിതമായ ദുരന്തമായി മാറിയത് വിവാഹനാളിൽ തന്നെയാണ്. അവിചാരിതമായ ചോദ്യം ചെയ്യൽ ആരംഭിച്ചത് ആദ്യരാത്രിക്ക് മുൻപ് കൃത്യമായി പറഞ്ഞാൽ വിവാഹനാളിൽ ഭക്ഷണം കഴിക്കുമ്പോഴാണ്. താലികെട്ടി ആണധികാരം ലഭിച്ച ഭർത്താവിന്റെ കൂടെയിരുന്ന് ഭക്ഷണം കഴിക്കുമ്പോൾ അദ്ദേഹത്തിന്റെ ശ്രദ്ധ മുഴുവൻ ഭാര്യയുടെ ചലനങ്ങളിൽ മാത്രം. പരിചയക്കാരായ വിളമ്പുകാർ ഇലയിൽ ഭക്ഷണം വിളമ്പിക്കൊണ്ട് സംസാരിക്കുന്നതും ചിരിക്കുന്നതും കണ്ടപ്പോൾ ഇഷ്ടക്കേട് പ്രകടിപ്പിച്ച അദ്ദേഹത്തിൽ നിന്നും ചോദ്യം വന്നു.

"നിന്റെ പരിചയക്കാരൊക്കെ ആണുങ്ങൾ മാത്രമാണോ? മറ്റുള്ളവരോട് ചിരിച്ച് കുഴയുന്നതൊന്നും എനിക്കിഷ്ടമല്ല."

അന്നുമുതൽ വിലക്കുകളുടെ തുടർച്ചയാണ്. ആണുങ്ങളെ നോക്കരുത്, ചിരിക്കരുത്, സംസാരിക്കരുത്. എല്ലാമെല്ലാം അതേപടി അനുസരിച്ചാൽ ജീവിതം മുന്നോട്ടുപോകാം. ഈ ലോകത്ത് ആണായിപ്പിറന്നവരെല്ലാം രമേശന്റെ ഭാര്യയെ ചതിക്കാൻ അവസരം നോക്കുന്നവരാണ്. രമേശന്റെ ഭാര്യയാണെങ്കിൽ വഴിയെ പോകുന്ന ആണിന്റെ തോളിൽ തൂങ്ങാൻ അവസരം പാർത്തിരിക്കുന്നവൾ. ഭർത്താവായ രമേശൻ എന്നൊരുത്തന്റെ കണ്ണു തെറ്റിയാൽ അവൾ വഴിയെ പോകുന്ന ഏത് തെണ്ടിയെയും കിടപ്പറയിൽ വി

ളിച്ചുവരുത്തി മടിക്കുത്ത് അഴിക്കും.

കൂടുതൽ പരാതി ഉണ്ടായത് പേരിന്റെ കാര്യത്തിലാണ്. അദ്ദേഹത്തിന്റെ അഭിപ്രായത്തിൽ ലോകത്തുവെച്ച് ഏറ്റവും മോശം പേരാണ് ഭാര്യയുടേത്. മനുഷ്യർക്ക് വിളിക്കാൻ പറ്റുന്ന പേരല്ല അവൾക്കുള്ളത്.

'ഒരു പ്രിയപോലും... നാലാളുടെ മുന്നിൽവെച്ച് വിളിക്കാൻപറ്റുന്ന പേരൊന്നും നിന്റെ തന്തക്കും തള്ളക്കും കിട്ടിയില്ലെ? മനുഷ്യനെ നാണംകെടുത്തനൊരു നശിച്ച പേര്."

വിവാഹശേഷം കിടപ്പറയിലെ സുന്ദരനിമിഷങ്ങൾക്കിടയിൽ പോലും ഭാര്യയുടെ പേര് അദ്ദേഹത്തിന്റെ നാവിൽനിന്ന് ഉയർന്നിട്ടില്ല. എന്നിട്ടിപ്പോൾ നാലാളുടെ മുന്നിൽ വെച്ച് വിളിക്കാൻ പറ്റില്ല എന്നൊരു കുറ്റപ്പെടുത്തൽ. ഈ മനുഷ്യന്റെ തലച്ചോറിൽ ഭാര്യയുടെ കുറ്റം മാത്രമാണോ ഇൻസ്റ്റാൾ ചെയ്തതെന്ന് പലപ്പോഴും തോന്നിയിട്ടുണ്ട്.

മക്കളും കൊച്ചുമക്കളുമൊക്കെ ആയിട്ടും രമേശന്റെ സ്വഭാവത്തിനൊരു മാറ്റവും വന്നില്ല. അറുപത് കഴിഞ്ഞ് വാർദ്ധക്യം കടന്നുവന്ന രമേശന്റെ ഭാര്യ ഇപ്പോഴും പുരുഷന്മാരുടെ ഉറക്കം കെടുത്താറുണ്ടെന്ന് രമേശൻ തന്നെയാണ് പറയുന്നത്. പ്രായം കൂടിയെങ്കിലും അയാളിപ്പോഴും അവളുടെ കാവൽക്കാരനാണെന്ന് മക്കൾക്കും മരുമക്കൾക്കും ബന്ധുക്കൾക്കും നാട്ടുകാർക്കും നന്നായി അറിയാം. അതുകൊണ്ട് അവരെ അറിയാവുന്ന പരിചയക്കാരൊക്കെ വീട്ടിൽ വരുന്നത് വളരെ ശ്രദ്ധിച്ചാണ്.

എപ്പോഴും പരുക്കനായി പെരുമാറുന്ന ഭർത്താവിൽ കൂടുതൽ രൂക്ഷമായൊരു മാറ്റം കാണാൻ തുടങ്ങിയിട്ട് ഒരു മാസത്തിലേറെയായി. കൃത്യമായി പറഞ്ഞാൽ ഒരു ഫാമലി ടൂർ കഴിഞ്ഞതുമുതൽ. മൂത്ത മകളുടെ ഭർത്താവും കുഞ്ഞുങ്ങളും വിദേശത്തുനിന്ന് വന്നപ്പോൾ അവരുടെ ഒപ്പമുള്ള യാത്രയിൽ മാതാപിതാക്കളെയും ക്ഷണിച്ചു. കൊച്ചു മക്കളുമൊത്തുള്ള ഉല്ലാസയാത്ര രസകരമായിരുന്നു. യാത്ര പുറപ്പെട്ട് പാർക്കിലെത്തിയപ്പോൾ സന്തോഷമെല്ലാം അസ്തമിച്ചു. പാർക്കിലെ ഉല്ലാസറൈഡുകളും പൂക്കളും തുടങ്ങി അതിമനോഹരങ്ങളായ കാഴ്ചകളൊന്നും അങ്ങേരുടെ കണ്ണിലിടം പിടിച്ചില്ല. അയാൾക്ക് ഒരു കാര്യത്തിൽ മാത്രമായിരുന്നു ശ്രദ്ധ മുഴുവൻ.

അവളെങ്ങോട്ടു പോകുന്നു?

അവളാരോട് മിണ്ടുന്നു?

അവളെന്ത് ചെയ്യുന്നു?

ഇറങ്ങാൻ നേരത്താണ് മകളുടെ ഒപ്പം പഠിച്ച യുവാവ് ഭാര്യയോടൊപ്പം വന്നത്. മകൾ എല്ലാവരേയും പരിചയപ്പെടുത്തിയപ്പോൾ ആ ചെറുപ്പക്കാരൻ സംസാരിക്കാൻ തുടങ്ങി. അമ്മയാണെന്ന് പറഞ്ഞപ്പോൾ അവൻ പറഞ്ഞു.

“അമ്മയും മകളും ഒരുപോലെ ചെറുപ്പമാണല്ലോ സാർ.”

അവനെ കടുപ്പിച്ചൊന്ന് നോക്കിയിട്ട് അച്ഛന്റെ പ്രായമുള്ള അയാളിൽനിന്നും അപ്രിയമായ വാക്കുകൾ വെളിയിൽവന്നു.

“എങ്കിൽ താനവളെ കൊണ്ടുപോയിട്ട് കൂടെപ്പൊറുപ്പിച്ചോ.”

മകളും മരുമകനും അടക്കം എല്ലാവരും ഞെട്ടി, മരുമകൻ മുഖം തിരിച്ചപ്പോൾ മകൾ ചോദിച്ചു.

“ഈ അച്ഛനെന്തൊക്കെയാ പറയുന്നത്? ഇത് എന്റെ കൂടെ പഠിച്ചവനാണ്. സ്വന്തം മകളുടെ പ്രായമുള്ളവനോട് അച്ഛനിങ്ങനെയൊക്കെ പറയാമോ?”

“നിന്റമ്മയെ നന്നാക്കാൻ ഈ ലോകത്തുള്ള ആർക്കും കഴിയില്ല. ഇവനൊക്കെ എന്തറിഞ്ഞിട്ടാണ് പറയുന്നത്.”

മകളുമായുള്ള ബന്ധത്തിന്റെ അദൃശ്യമായ ദൃഢതയുള്ള കണ്ണികൾ പൊട്ടിച്ചിതറുന്നത് അറിഞ്ഞപ്പോൾ മനസ്സിലൊട്ടാകെയൊരു നൊമ്പരം പടർന്നുകയറി. വെറുപ്പിക്കൽ മാത്രം ശീലമാക്കിയിട്ട് അതിൽ ആഹ്ലാദം അനുഭവിക്കുന്നൊരു ആൺജന്മം.

നീറുന്ന മനസ്സുമായി പരസ്പരം മിണ്ടാതെ വീട്ടിലെത്തിയ ഉടനെ ഭർത്താവും കുഞ്ഞുങ്ങളുമൊത്ത് പോകാൻ പുറപ്പെട്ട മകൾ തന്റെ നേരെയൊരു ചോദ്യമെറിഞ്ഞു,

“അമ്മേ ഞങ്ങള് പോവുകയാ, അമ്മ എന്റെ കൂടെ വരുന്നോ?”

“അതെങ്ങനെയാ മോളെ, ഞാനിവിടെയൊരു കുരുക്കിലല്ലേ.”

“അതാ പറഞ്ഞത്, ഇത്ര കാലമായിട്ടും അമ്മയെ മനസ്സിലാവാത്ത അച്ഛന്റെ കൂടെ എന്തിനാ അമ്മ ഇനിയും ജീവിതം തൊലക്കുന്നത്?”

അതിനുള്ള മറുപടി പറഞ്ഞത് അച്ഛനാണ്.

“ഉം. കൊണ്ടുപോയ്ക്കോ. നിന്റെ വീട്ടിൽ ആണായ ഒരുത്തനുണ്ടെന്ന് ഓർമ്മവേണം. അമ്മായിഅമ്മ മരുമകനെ വളച്ചു എന്ന്

നാട്ടുകാരെക്കൊണ്ട് പറയിപ്പിക്കാനാണോ?"

വാക്കുകൾ കേട്ട് ഞെട്ടിയ മകൾ പറഞ്ഞു,

"എത്രയും പെട്ടെന്ന് അച്ഛനെ കൗൺസലിങ്ങിന് കൊണ്ടുപോയി ചികിത്സിക്കണം. അല്ലെങ്കിൽ അപകടമാണ്."

"എനിക്ക് വട്ടാണെന്ന് പറഞ്ഞ് ചികിത്സിച്ചാൽ അമ്മക്കും മക്കൾക്കും എന്തും ആവാമല്ലോ."

"അമ്മേ ഞാനിതാ പോവുകയാണ്."

കൂടുതൽ നിന്നാൽ സ്വന്തം നിലനില്പ് പോലും അപകടത്തിലാവുമെന്ന് അറിഞ്ഞായിരിക്കണം മകൾ പെട്ടെന്നുതന്നെ സ്ഥലം വിട്ടു. ഇങ്ങനെയൊരു അച്ഛന്റെ മകളായി ജനിച്ചതിൽ അവൾ ലജ്ജിക്കുന്നുണ്ടാവണം.

ലോകത്തിലുള്ളവരെല്ലാം നല്ലവരാണെന്നും ഭാര്യമാത്രം ചീത്തയാണെന്നും ഉറച്ചു വിശ്വസിക്കുന്ന ആൾ കുറ്റം മുഴുവൻ അവളിൽ കെട്ടിയേല്പിക്കുകയാണ്. നല്ലവരായ പുരുഷന്മാരെ വഴിതെറ്റിക്കുന്ന അയാളുടെ ഭാര്യയെ നന്നാക്കാൻ ദൈവത്തിനുപോലും കഴിയില്ല, എന്നൊക്കെ വിളിച്ചുപറയലാണ് ഇപ്പോഴത്തെ രോഗം.

ഏതാനും ദിവസങ്ങളായി പുതിയൊരു പ്രശ്നത്തിലാണ്. ബാഗ്ലൂരിൽ താമസിക്കുന്ന ഇളയ മകൾ അച്ഛനെയും അമ്മയെയും പുതിയ ഫ്ളാറ്റിലേക്ക് ക്ഷണിച്ചിരിക്കുന്നു. സോഫ്റ്റ്‌വെയർ എഞ്ചിനീയർമാരായ മകളും ഭർത്താവുമൊത്ത് താമസിക്കാനുള്ള തീരുമാനത്തെ ആ നിമിഷം തന്നെ അങ്ങേര് എതിർത്തു. ഇടയ്ക്കിടെ രോഗം വരുന്ന മാതാപിതാക്കളെ കൂടെനിർത്തി പരിചരിക്കാൻ അവർ തയ്യാറാണ്. പക്ഷേ?

എല്ലാം അവസാനിക്കുന്നത് വലിയൊരു 'പക്ഷെയിലാണ്'. ആണിനെ പെറാനറിയാത്തവൾ വെറുക്കപ്പെടേണ്ടതാണെന്ന് പറഞ്ഞായിരുന്നു ഒരുകാലത്തെ കുറ്റപ്പെടുത്തൽ, ആണായി ജനിച്ചില്ലെങ്കിലും ആണില്ലാത്ത ഒരു കുറവും പ്രിയയുടെ മക്കളായിട്ട് ഉണ്ടാക്കിയില്ല. സ്വന്തം കാലിൽ നിൽകാനുള്ള തൊഴിൽ എല്ലാ മക്കൾക്കും ഉണ്ട്. കൊച്ചുമക്കളുമായി ജീവിതസായാഹ്നം സന്തോഷകരമാക്കി തീർക്കേണ്ട ആളാണ് അൽസേഷൻ പട്ടിയെപ്പോലെ ഭാര്യ കൈവിട്ടുപോയാലോ എന്നൊരു ഭയത്തോടെ കെട്ടിയവൾക്ക് കാവൽ നിൽക്കുന്നത്. ഇതിലും നല്ലത് തന്നെയൊരു കൂട്ടിലടച്ച് പൂട്ടുകയായിരുന്നു.

ഗെയിറ്റിനുമുന്നിൽ ആരുടേയെങ്കിലും തലവെട്ടം കണ്ടാൽ സംശയമായി. അയാൾ നോക്കുന്നത് എവിടെയാണെന്ന് സംശയം തോന്നുമ്പോൾ ഭാര്യ എവിടെയാണെന്നുകൂടി ശ്രദ്ധിക്കും. വീട്ടിൽ വരേണ്ട പോസ്റ്റ്മാനെ തടയാനായി ഗെയ്റ്റിലൊരു പൈപ്പ് കെട്ടിയുറപ്പിച്ചു. പോസ്റ്റലായി വരുന്നതെല്ലാം അയാൾ വീട്ടിലേക്ക് കടക്കാതെ നേരെ പൈപ്പിലിട്ടാൽ മതിയല്ലോ. ഇലക്ട്രിസിറ്റി മീറ്റർ റീഡിംഗിനു വരുന്ന പയ്യനാണ് പുതിയ നോട്ടപ്പുള്ളി. അവൻ വന്നിട്ട് പോവുന്നതുവരെ കൂട്ടിലിട്ട വെരുകിനെപ്പോലെ വരാന്തയിലൂടെ മുറുമുറുപ്പോടെ നടക്കും. സഹോദരന്മാരടക്കം ബന്ധുക്കളൊക്കെ പണ്ടേ അകന്നിരിക്കയാണ്. ജീവിതം ഇങ്ങനെയൊക്കെ ആയതിൽ അങ്ങേർക്ക് വിഷമമുണ്ട്. സ്വയം വരുത്തിവെച്ചിട്ട് അതിനൊക്കെ കാരണം ഭാര്യയാണെന്ന് പറയുന്നതിലാണ് അദ്ദേഹത്തിന്റെ സന്തോഷം.

ഏത് നേരത്തും ആത്മഹത്യയെക്കുറിച്ച് പറഞ്ഞ് ഭീഷണിപ്പെടുത്തലാണ് ഇപ്പോഴത്തെ ഹോബി. ഒരാഴ്ച മുൻപൊരു ഉച്ചഭക്ഷണ സമയത്ത് മാരകമായ എലിവിഷം മേശപ്പുറത്ത് വെച്ചതു കണ്ടപ്പോൾ ഞെട്ടി,

“അയ്യോ, ഇതെന്തോന്നാ?”

“മനസ്സിലായില്ലേ. ഇതാണ് എലിവിഷം എലികൾക്ക് മാത്രമല്ല, മനുഷ്യർക്കും ഉപയോഗിക്കാം.”

“എന്തിന്?”

പറയുന്നതോടൊപ്പം അതെടുത്ത് അകലെ എറിഞ്ഞപ്പോൾ അപ്രതീക്ഷിതമായി അടികിട്ടിയെങ്കിലും വേദനിച്ചില്ല.

“വിഷം കഴിക്കാൻ മാത്രം ഇവിടെ ആർക്കാണ് പ്രശ്നം?”

“എടീ നശിച്ചവളെ ഞാൻ മരിച്ചിട്ട് നീയങ്ങനെ സുഖിക്കേണ്ട.”

“അതിന് നിങ്ങളോട് മരിക്കാൻ പറഞ്ഞോ? എന്തിനാ മരിക്കുന്നത്?”

“കൊല്ലും ഞാൻ. കണ്ട ആണുങ്ങളോടൊപ്പം പോകാൻ തയ്യാറായ നീയൊക്കെ ജീവിച്ചിട്ടൊരു ഗുണവുമില്ല.”

“ആണുങ്ങളുടെ കൂടെ ഞാൻ പോയെന്നോ? അങ്ങനെയൊന്ന് നിങ്ങൾക്ക് പറയാൻ കഴിയുമോ?”

“നിന്നെയങ്ങിനെ പോകാൻ ഞാൻ വിടുമോ? ഞാനില്ലെങ്കിൽ കാണാമായിരുന്നു.”

ആ ദിവസം എത്ര അടിയാണ് കൊണ്ടതെന്ന് അറിയില്ല.

എന്നിട്ടും പ്രിയക്ക് മരിക്കാൻ തോന്നിയില്ല.

അതിനുമാത്രം ഒരു തെറ്റും ചെയ്യാതെ എന്തിന് മരിക്കണം?

സുന്ദരമായ ഭൂമിയിൽ ജീവിക്കാനറിയാത്ത ഭർത്താവുള്ളത് അവളുടെ കുറ്റമല്ലല്ലോ.

അയാളുടെ സമീപം ശബ്ദം ഉണ്ടാക്കാതെ പ്രിയ കിടന്നു. ഉറങ്ങുന്ന ആളെ ഉണർത്തരുതെന്ന് പലതവണ പറഞ്ഞതാണ്. ഉറക്കം നടിച്ചു കിടക്കുകയാണെന്നും ഉറക്കം നടിക്കുന്നവനെ ഉണർത്താനാവില്ലെന്നും അവൾക്ക് നന്നായി അറിയാം. ഭാര്യ ഉറങ്ങിയെന്ന് ഉറപ്പുവരുത്തിയിട്ടുവേണം അയാൾക്ക് വീട്ടിലാകെ ചുറ്റിസഞ്ചരിക്കാൻ.

ആ നേരത്ത് സ്വന്തംവീട്ടിലെ എല്ലായിടവും പരിശോധിക്കും. മുറികളെല്ലാം തുറന്ന് അലമാരകൾ തുറന്നുനോക്കുന്നതോടൊപ്പം മേശയുടെയും കട്ടിലിന്റെയും അടിവശം കൂടി നോക്കിയിട്ട് അവിടെയൊന്നും ആണായിട്ടൊരുത്തൻ ഒളിച്ചിരിക്കുന്നില്ലെന്ന് ഉറപ്പുവരുത്തും. ജനാലകൾ തുറന്ന് ആരെയോ പ്രതീക്ഷിച്ച് ഇരുട്ടിലേക്ക് നോക്കിനിൽക്കും. ഷഷ്ഠിപൂർത്തി കഴിഞ്ഞ ഭാര്യയെ തേടിയെത്തുന്ന കാമുകന്മാരെക്കുറിച്ച് ചിന്തിച്ചു ചിന്തിച്ച് കാടുകയറും.

ഇന്നലെ രാത്രി,

പെട്ടെന്ന് വലിയൊരു ശബ്ദം കേട്ട് പ്രിയ ഞെട്ടിയുണർന്നു. ലൈറ്റ് ഓൺ ചെയ്ത് ശബ്ദം കേട്ട ഭാഗത്തേക്ക് ഓടിയപ്പോൾ എത്തിയത് സ്വീകരണ മുറിയിൽ, അവിടെ മേശയും കസേരയും മറിഞ്ഞുകിടക്കുന്നു. അതിനിടയിൽ വീണുകിടക്കുന്ന ഭർത്താവ്.

“രമേശേട്ടാ... ഇതെന്താ പറ്റിയത്?”

മറുപടി അലർച്ചയായിരുന്നു, ഒപ്പം ജീവിതത്തിലിതുവരെ കേൾക്കാത്ത തെറിവാക്കുകളും.

“മരിക്കാമെന്ന് പറഞ്ഞപ്പോ ഒരുത്തിക്ക് അതിന് കഴിയില്ലപോലും. നീയൊക്കെ ആരുടെകൂടെ പോകാനാണ് കാത്തിരിക്കുന്നത്?”

കൈപിടിച്ച് ഉയർത്താൻ നോക്കിയപ്പോൾ വീണ്ടും തെറിയഭിഷേകം.

“നിന്നെയൊക്കെ പോറ്റുന്ന എന്നെവേണം പറയാൻ. മകളുടെ കൂടെ സുഖിക്കാൻ പോകണം പോലും. അതിനൊന്നും നിന്നെ

ഞാൻ വിടില്ല."

മുകളിലേക്ക് നോക്കിയപ്പോൾ കണ്ടത് സീലിങ്ങ് ഫാനിൽ തൂങ്ങിയാടുന്ന കുരുക്ക്. അപ്പോൾ ഇതാണല്ലേ പരിപാടി. കൂടുതൽ സംസാരിക്കാതെ ബെഡ്റൂമിലേക്ക് വലിച്ച് കൊണ്ടുവരുമ്പോൾ അയാൾ പലതും പറഞ്ഞുകൊണ്ടിരുന്നു.

നേരം പുലർന്നപ്പോൾ തലേന്നാളത്തെ കലാപരിപാടികളൊക്കെ മറന്നമട്ടാണ്. ആശ്വാസം. ഇനി അതിനെക്കുറിച്ച് ഓർമ്മിപ്പിക്കാതിരുന്നാൽ മതി. തന്നെ ഭയപ്പെടുത്താൻ അഭിനയിച്ചതാവണം, ഭാഗ്യം കൊണ്ടാണ് രക്ഷപ്പെട്ടത്. ഭർത്താവ് പതിവിലധികം സന്തോഷവാനായി കാണപ്പെട്ടതിൽ പ്രിയക്ക് ആശ്വാസമായി. എന്നിട്ടാണിപ്പോൾ, രാത്രി എഴുന്നേറ്റ് നടക്കുന്നത്...

അലമാരയുടെ പിന്നിൽ നിന്നുകൊണ്ട് എന്തിനുള്ള തയ്യാറെടുപ്പ് ആയിരിക്കും?

ഏതായാലും ഇനി മക്കളോട് പറഞ്ഞിട്ട് അവരുമായി ചേർന്ന് കൗൺസലിംഗിന് പോവണം. എതിർപ്പ് ഉണ്ടാവുമെങ്കിലും കാര്യം അപകടത്തിലേക്കാണ് പോകുന്നത്. കരഞ്ഞുവീർത്ത മുഖം കഴുകിയിട്ട് പ്രിയ ഉറങ്ങാൻ കിടക്കുമ്പോൾ രമേശൻ ആദ്യമേ ഉറങ്ങിയിരിക്കുന്നു. പതുക്കെ കൂർക്കം വലിക്കുന്നുണ്ട്. ഉറങ്ങാതിരിക്കുന്നവർക്കും കൂർക്കം വലിക്കാൻ കഴിയുമോ?

ഏതു നേരത്താണ് ഉറക്കം വന്നതെന്നറിയില്ല, പ്രിയ വീണ്ടും ഞെട്ടിയുണർന്നു, സമീപത്ത് കിടക്കയിൽ അദ്ദേഹം ഇല്ല. ശബ്ദമുണ്ടാക്കാതെ ഏത് പ്രതിസന്ധികളെയും തരണം ചെയ്യാനുള്ള ധൈര്യവുമായി മുറിവിട്ട് ഇറങ്ങിയപ്പോൾ അവൾ കണ്ടത് അടുക്കളയിലെ വെളിച്ചമാണ്. അതിനപ്പുറത്ത് ബാത്ത്റൂമിൽ നിന്നാണ് ശബ്ദം വരുന്നത്. പെട്ടെന്ന് വലിയൊരു ശബ്ദം കർണ്ണങ്ങളിൽ പതിച്ചു. വെള്ളത്തിൽ ഭാരം പതിക്കുന്ന ശബ്ദം. കിണറ്റിൽ നിന്നുതന്നെ.

"ങെ"

പുറത്തേക്കുയർന്ന ശബ്ദം പകുതിക്കുവെച്ച് തടയപ്പെട്ടു. ഇരുകൈകളും തലയിൽ വെച്ച് പ്രിയ നിലത്തിരുന്നു. നിമിഷങ്ങൾ കടന്നുപോയപ്പോൾ ആഴം കുറഞ്ഞ കിണറ്റിലെ അലയിളക്കം കുറഞ്ഞുകുറഞ്ഞ് ശബ്ദമില്ലാതായി. ഇപ്പോൾ എല്ലാം ശാന്തം. പ്രിയ രമേശിന്റെ കണ്ണുകളിൽനിന്നും ഒഴുകിയ കണ്ണുനീർ ചാലുകളായി രൂപാന്തരപ്പെട്ടു.

കരഞ്ഞ് ബഹളമുണ്ടാക്കിയിട്ട് അയൽക്കാരെ വിളിക്കാൻ?

അവിടെയൊക്കെ ഊരും പേരുമുള്ള മനുഷ്യരുണ്ടെന്ന് ഇതുവരെ അറിഞ്ഞിട്ടില്ല.

സഹോദരങ്ങളെ വിളിച്ചാലോ?

അവരെല്ലാം എവിടെയാണെന്ന് അറിയില്ല. അറിയാനൊട്ട് ശ്രമിച്ചിട്ടില്ല.

മൂത്ത മകളും ഭർത്താവും വിദേശത്താണ്. അവരെയിപ്പോൾ വിളിക്കേണ്ട.

ഇളയ മകളും ഭർത്താവും ബാംഗ്ലൂരിലാണ്. അവരെയും പെട്ടെന്ന് വിളിക്കേണ്ട.

പിന്നെ, രണ്ടാമത്തെ മകൾ ഫാമിലി സഹിതം നാട്ടിലുള്ള ഭർത്താവിന്റെ വീട്ടിലാണ്.

അവളെ വിളിക്കാം.

പോലീസായ മരുമകൻ ഇനിയങ്ങോട്ടുള്ള നടപടികളൊക്കെ ചെയ്തുകൊള്ളും.

നിശബ്ദമായ അന്തരീക്ഷത്തിലെ കട്ടിപിടിച്ച ഇരുട്ടിലേക്ക് പ്രിയ തുറിച്ചുനോക്കി. നേരം പുലരാൻ ഇനിയും സമയമുള്ളതിനാൽ കാര്യങ്ങളൊക്കെ പിന്നീട് അറിയിച്ചാൽ മതി. അതുവരെ സുഖമായൊന്ന് ഉറങ്ങട്ടെ.

******

എന്നെ പുറത്താക്കിയ വീട്

കാലംതെറ്റി പെയ്യുന്ന മഴകാരണം സന്ധ്യക്കുമുൻപേ ഇരുട്ടു പരന്ന നേരത്ത് വീട്ടിൽ നിന്നും പുറത്തായത് ഞാനാണ്. പുറത്താക്കിയത് ആരാണെന്നോ? അത് മറ്റാരുമല്ല, എന്റെ വീടുതന്നെ. ഇരുട്ടും തണുപ്പും ഇരട്ടപെറ്റതുപോലെ വരുമ്പോൾ എണ്ണിയാലൊടുങ്ങാത്ത കൊതുകുകൾ മൂളിപാട്ടിന്റെ അകമ്പടിയോടെ എന്നെ ആക്രമിക്കാൻ തുടങ്ങി. എന്തൊരു ഗതികേടാണ്? ഒട്ടൊരു ദേഷ്യത്തോടെ ഞാനെന്റെ വീടിനെ നോക്കിയപ്പോൾ വീടതാ എന്നെ നോക്കി ചിരിക്കുന്നു.

ഉം. ചിരിക്കട്ടെ, ചിരിക്കട്ടെ.

ഏതാനും മിനിട്ടുകൾക്ക് മുൻപ് ഞാൻ വീടിനകത്തായിരുന്നു. നാലുമണി കഴിഞ്ഞപ്പോൾ നന്നായൊന്ന് കുളിച്ചശേഷം പുതിയതായി വാങ്ങിയ മേക്സി തലയിലൂടെ ഇട്ട് നേരെ കമ്പ്യൂട്ടറിനു മുന്നിൽ ഇരുന്നതാണ്. നാട്ടിൻപുറത്തുള്ള സാംസ്ക്കാരിക സംഘടനയുടെ മീറ്റിംഗിന് ഉച്ചക്കുശേഷം ഭർത്താവ് പോയതാണ്. ചെറുപ്പക്കാരായ നാട്ടുകാർ ചേർന്ന് റിട്ടയേർഡ് അദ്ധ്യാപകനായ അദ്ദേഹത്തെ ആദരിക്കുന്നുണ്ട്. ഞാനും റിട്ടയറായ അദ്ധ്യാപികയാണെങ്കിലും ഇപ്പോഴത്തെ പിള്ളേർ പെണ്ണുങ്ങളെ അടുക്കളക്കാരികളായല്ലേ കണക്കാക്കുന്നത്. സ്വീകരണത്തിന് പോകുമ്പോൾ അദ്ദേഹത്തിന്റെ ഭാവമൊന്ന് കാണേണ്ടതായിരുന്നു.

ഇതൊക്കെ ചിന്തിച്ചിട്ടെന്ത് കാര്യം? കുടുക്കിലായത് ഞാനല്ലെ; എന്റെ വീട് എന്നെ വെളിയിലാക്കി വാതിലടച്ചു. വീട്ടിലെ താമസക്കാരാവട്ടെ അദ്ധ്യാപകരായി വിരമിച്ച വയോജനങ്ങളായ ഞങ്ങൾ ഭാര്യയും ഭർത്താവും മാത്രം. കൂട്ടുകുടുംബം മാറി അണുകുടുംബമായതിന്റെ പരിണിതഫലമായി മക്കളൊക്കെ സ്വന്തമായി വീടുവെച്ച് താമസം തുടങ്ങിയപ്പോൾ വയസ്സായ അച്ഛനും അമ്മയും ഒറ്റപ്പെട്ടുകയാണല്ലൊ. ഇഷ്ടംപോലെ പെൻഷൻ കിട്ടുന്ന കാലത്ത് അച്ഛനും അമ്മക്കും മറ്റെന്താണ് വേണ്ടത്? സ്വന്തം മക്കളെ മര്യാദക്ക് നോക്കാൻ നേരമില്ലാത്ത ചെറുപ്പക്കാരാണോ പ്രായമായ അച്ഛ

നമ്മമാരെ നോക്കുന്നത്? അത്യാവശ്യം വരുമ്പോൾ ഫോൺ ചെയ്താൽ ആനിമിഷം മക്കൾ വീട്ടിലെത്തിച്ചേരുമല്ലൊ.

ചിന്തകൾ കാടും മലയും കയറിയിറങ്ങി നടക്കുമ്പോൾ നടന്ന കാര്യങ്ങൾ ഓരോന്നായി ഓർക്കാൻ തുടങ്ങി. കുളികഴിഞ്ഞ ഉടനെ കമ്പ്യൂട്ടറിന് മുന്നിലിരുന്ന് ഈ.മെയിൽ നോക്കിയശേഷം ഫെയ്സ്ബുക്ക് തുറന്നതാണ്. പെട്ടെന്ന് മഴപെയ്യുമോ എന്നൊരു സംശയം,, തുറന്ന ഫെയ്സ്ബുക്കിൽ എത്തിനോക്കുന്നതിനുമുൻപ് എഴുന്നേറ്റ് മുൻവാതിലും വരാന്തയും നോക്കി. വാതിൽ തുറന്നിട്ടുണ്ടെങ്കിലും വരാന്തയിലെ ഗ്രിൽസിന്റെ വാതിൽ അടച്ചുപൂട്ടിയിരിക്കയാണ്. വീട്ടിൽനിന്നും പുറത്തേക്ക് പോകുമ്പോൾ വരാന്തക്കു മുന്നിലെ ഗ്രിൽസ് അടച്ചുപൂട്ടുന്ന ഭർത്താവ്, താക്കോൽ സ്വന്തം ബാഗിൽ വെക്കും. പെയിന്റടിച്ച ഇരുമ്പു കമ്പിവേലി ഉള്ളതിനാൽ അകത്തുള്ളവർക്ക് വാതിൽ തുറക്കാതെതന്നെ പുറത്തുള്ളവരുമായി ആശയവിനിമയം നടത്താമല്ലോ. അപ്പോൾ ഞാനെങ്ങനെ വെളിയിൽ പോകുമെന്നോ? അടുക്കള വാതിൽ തുറന്നിട്ട് വർക്ക് ഏറിയയിലെ ഗ്രിൽസിന്റെ കൊളുത്തുമാറ്റിയിട്ട് തുറന്ന പിൻവശത്തുകൂടി വെളിയിലിറങ്ങാം. അത്യാവശ്യം വരുമ്പോൾ ഉപയോഗിക്കാനായി എന്റെ ബാഗിൽ മറ്റൊരു താക്കോൽകൂട്ടം കൂടിയുണ്ട്. അങ്ങനെ ഏത് വഴിയിലൂടെയും വീട്ടിൽ നിന്ന് വെളിയിലിറങ്ങാൻ കഴിയും. എന്നിട്ടോ?

കുറേദിവസത്തിനുശേഷം നല്ലൊരു വെയിൽ കിട്ടിയ ദിവസമായതിനാൽ ഉണക്കാൻവെച്ച പാത്രങ്ങൾ കിണറ്റിൻ കരയിലുണ്ട്. അക്കാര്യം ഓർമ്മിച്ചുകൊണ്ട് ഞാൻ നേരെ വർക്ക് ഏറിയയിലേക്ക് നടന്നു. ഗ്രിൽസിന്റെ കൊളുത്ത് ഇളക്കിയിട്ട് വാതിൽ തുറന്ന ശേഷം വെളിയിൽ പോകുന്നതിനുമുൻപ് എന്റെ പിന്നിലെ വാതിൽ വലിച്ചടച്ചു. അങ്ങിനെ അടച്ചില്ലെങ്കിൽ വെളിയിൽ പോകുന്നനേരത്ത് പാമ്പോ, കീരിയോ, ഉടുമ്പോ, പൂച്ചയോ, പട്ടിയോ മറുവശത്തുകൂടി അകത്തേക്ക് ഓടിയാൽ അവനെ വെളിയിലാക്കാൻ പ്രത്യേകം കൊട്ടേഷൻ കൊടുക്കേണ്ടിവരും. വാതിൽ അടച്ചിട്ട് തിരിഞ്ഞുനടക്കുമ്പോൾ കേട്ടു, 'ഠപ്പ്',,, വാതിലിന്റെ കുറ്റി അകത്തുനിന്നും ചുവട്ടിലുള്ള കുഴിയിലേക്ക് വീണു. സംശയം തോന്നിയിട്ട് വാതിൽ തുറക്കാൻ ശ്രമിച്ചു, അനക്കമില്ല. വീണ്ടും ശക്തിയിൽ വലിച്ചു,, കൈ വേദനിച്ചതല്ലാതെ വാതിലിന് സ്ഥാനചലനം ഇല്ല. അടിവശത്തുള്ള ടിൻഷീറ്റ് പൊളിക്കാതെ കുഴിയിൽവീണ ഇരുമ്പു

ദണ്ഡ് ഉയർത്താനാവില്ല. സംഗതി മനസ്സിലായ ഞാൻ ചുറ്റിനടന്ന് വീടിന്റെ മുന്നിലേക്കുവന്ന് അകത്തേക്ക് നോക്കിയപ്പോൾ എന്റെ വീട് എന്നെയും നോക്കി.

അകത്ത് ലൈറ്റുകളും ഫാനുകളും ഓൺ ചെയ്ത അവസ്ഥയിലാണ്; കമ്പ്യൂട്ടർ മുറിയിലും വെളിച്ചമുണ്ട്. അവിടെയിരുന്ന് ഫെയ്സ്ബുക്ക് തുറന്നപ്പോഴല്ലെ എഴുന്നേറ്റത്. തുറന്നുകാണുന്ന എന്റെ ചാറ്റ് ബോക്സിൽ സ്വദേശികളും പരദേശികളും ഒക്കെ കയറിവന്ന് 'ഹായ്' പറയുന്നുണ്ടാവും. വീട് തുറക്കാൻ കഴിഞ്ഞാലല്ലെ ബോക്സ് അടക്കാൻ കഴിയുകയുള്ളൂ. മൂന്നുതവണ വീടിനുചുറ്റും നടന്നിട്ട് ഓരോ വാതിലുകളും പരിശോധിച്ചു. എല്ലാം ഭദ്രം,, താക്കോലുണ്ടെങ്കിൽ മാത്രം തുറക്കാമെന്ന അവസ്ഥ... പെട്ടെന്ന് അക്കാര്യം ഓർമ്മവന്നു. താക്കോലുമായാണല്ലോ അങ്ങേര് പോയത്, അദ്ദേഹത്തെ വിളിച്ചാൽ ഓട്ടോപിടിച്ച് പെട്ടെന്ന് വരുമല്ലോ... പക്ഷെ... എങ്ങനെ വിളിക്കും?

രണ്ട് മൊബൈൽ ഫോണും ഒരു ലാന്റ് ഫോണും സ്വന്തമായുണ്ട്. പക്ഷെ? ഏതാനും മീറ്റർ അടുത്താണെങ്കിലും അവയെല്ലാം കൈയെത്താത്ത അകലങ്ങളിലാണ്. സ്വന്തം മൊബൈൽ കൈയിലുള്ളപ്പോൾ എനിക്കെന്തൊരു അഹങ്കാരം ആയിരുന്നു. എന്ത് പ്രശ്നം ഉണ്ടായാലും 100ൽ വിളിക്കാം, 101ൽ വിളിക്കാം, 1515ൽ വിളിക്കാം,, എന്നിട്ടിപ്പോൾ? ഒന്നുമില്ലാത്ത അവസ്ഥയായി. അങ്ങനെയങ്ങ് തോറ്റുകൊടുക്കാമോ? എന്റെ കൈയിലില്ലെങ്കിലെന്താ,, അയൽവാസികൾക്ക് മൊബൈൽ ഉണ്ടല്ലോ. മൊബൈൽ വന്നപ്പോൾ എന്റെ അയൽപക്കബന്ധം വർദ്ധിച്ചിരിക്കയാണ്. മിക്കവാറും അയൽക്കാരെ ഞാൻ ഫോൺ ചെയ്യാറുണ്ടല്ലോ. എങ്ങെനെയെന്നോ?

“സുശീലേ നിന്റെ വീട്ടിൽ ടീവി കിട്ടുന്നുണ്ടോ?”

“സാവിത്രിയേ രണ്ട് തക്കാളി കടം തരാനുണ്ടോ?”

“കുഞ്ഞിപ്പാത്തുമ്മേ കോഴിമുട്ടയുണ്ടോ?”

ഇനിയങ്ങോട്ട് അയൽക്കാർ ശരണം ഗച്ഛാമി.

മുറ്റത്തുനിന്നും ഇറങ്ങിനടന്ന് മതില് കയറിയും ഇറങ്ങിയും ഞാൻ തൊട്ടടുത്തുള്ള സുശീലയുടെ വീട്ടിലെത്തി. നേർവഴിയുലൂടെ നടന്നാൽ മറ്റുള്ള വീട്ടുകാർ കാണാനിടയുണ്ട്. ഇത് മറ്റാരും കാണാതെ മതിലുചാടുന്ന വഴിയാണ്. വടക്കുഭാഗത്ത് എത്തിയ ഞാൻ കിണറ്റിൻ കരയിലൂടെ വീടിന്റെ മുന്നിലെത്തിയിട്ട് നോക്കിയപ്പോൾ വാതിൽ അടഞ്ഞിരിക്കുന്നു. കോളിംഗ് ബെൽ അടിച്ച

പ്പോൾ മറുപടി പറഞ്ഞത് അടുത്ത വീട്ടിലെ മുബീനയാണ്.

"ടീച്ചറെ അവിടെയാരും ഇല്ല, അവരെല്ലാം മെഡിക്കൽകോളേജിൽ പോയിരിക്കയാ, ആരെയോ കാണാൻ,, ഇനി രാത്രിയിലേ വരൂ."

"ആകെ പ്രശ്നമായല്ലോ."

"ടീച്ചർക്കെന്നാ അർജന്റ്? അവരുടെ നമ്പറില്ലേ?"

"നമ്പറൊക്കെ ഉണ്ട്, മോളേ നീയിങ്ങോട്ട് വാ?"

കരയുന്ന കുഞ്ഞിനെയും എടുത്ത് വരുന്നവളോട് ഞാൻ ശബ്ദം താഴ്ത്തിയിട്ട് പറഞ്ഞു.

"നിന്റെ മൊബൈലൊന്ന് താ. അതാണർജന്റ്."

"അത് ഞാൻ തരാം,, ഉമ്മാ എന്റെ മൊബൈലെടുത്തിട്ട് ഇങ്ങോട്ട് വാ."

"നീ ഉമ്മയെ വിളിച്ചിട്ട് ഒച്ചയാക്കല്ല, ആളുകൾ അറിയണ്ട."

മൊബൈലുമായി വരുമ്പോൾ നബീസുമ്മ ചോദിച്ചു.

"ടിച്ചറെ വീടിന്റെ അകത്ത് കയറിക്കൂടേ? എന്താ പറ്റിയത്? ചാർജ്ജില്ലേ."

"അതൊക്കെ പിന്നെപ്പറയാം. ഞാനൊന്ന് മാഷെ വിളിക്കട്ടെ."

എപ്പോഴും ഓർമ്മയുള്ള നമ്പർ ഡയൽ ചെയ്ത് ഭർത്താവിനെ വിളിച്ചു.

"ഹലോ, വീട് തുറക്കാൻ പറ്റുന്നില്ല,, താക്കോലുമായി നിങ്ങളൊന്ന് വേഗം വരണം?"

മൈക്കിന്റെ ശബ്ദ കോലാഹലങ്ങൾക്കിടയിൽ അങ്ങേർ മറുപടി പറഞ്ഞു,

"ഞാനിവിടെ മീറ്റിങ്ങിലാണെന്ന് അറിയില്ലേ? വീട് തുറക്കാൻ പറ്റില്ലെന്നോ. എന്തിനാ തുറക്കുന്നത്? വീടിന്റെ അകത്തുതന്നെ നിന്നാൽ മതി."

"ഞാനിപ്പോൾ വീടിന്റെ പൊറത്താണ്."

മുഴുവൻ കേൾക്കുന്നതിനുമുൻപ് കോൾ കട്ടായി.

പുറത്തായ ഞാൻ അകത്താണെന്ന് പറയുന്ന കെട്ടിയവൻ!

"എന്തുപറ്റി ടീച്ചറേ? മാഷ് വരുമോ?"

"ഒന്നും പറ്റിയില്ല, വീടിന്റെ പിന്നിലെ വാതിൽ അടച്ചപ്പോൾ അത് അകത്തുനിന്ന് ലോക്കായി. എന്റെ മൊബൈലൊക്കെ അകത്താണ്. ഇനി മുൻവശത്തെ താക്കോൽ കൊണ്ടുവന്നിട്ടുവേണം വാതിൽതുറന്ന് അകത്തുകയറാൻ. അതിപ്പോൾ കൊണ്ടുവരും."

നബീസുമ്മയുടെ കൈയിൽ മൊബൈൽ കൊടുത്തിട്ട് വന്നവ

ഴിയെ ഞാൻ നടന്നു.

ഒരുവട്ടം കൂടി വീടിനുചുറ്റും നടന്നപ്പോൾ പലതും തോന്നാൻ തുടങ്ങി. വിളിച്ചാൽ കേൾക്കുന്നിടത്ത് ആശാരിപ്പണി ചെയ്യുന്നവരുടെ വീടാണ്. മൂന്നു മിനിട്ട് തെക്കോട്ട് നടന്നാലും വടക്കോട്ട് നടന്നാലും ഓരോ വർക്കുഷാപ്പിൽ എത്താം. ഒരിടത്ത് മരപ്പണിയാണെങ്കിൽ മറ്റേതിൽ ഇരുമ്പു പണിയാണ്. അങ്ങോട്ടുപോയി ആരെ വിളിച്ചാലും പ്രശ്നം പരിഹരിക്കാം. പക്ഷെ?

സംഗതി ആളറിഞ്ഞാൽ നാണക്കേടല്ലേ. അതുമാത്രമോ? വീട്ടുകാരൻ അറിഞ്ഞാൽ വഴക്കുപറഞ്ഞ് കൊല്ലും. വീടിന്റെ വിശാലമായ മുറ്റത്തിന്റെ തെക്കുഭാഗം കാറില്ലാത്ത കാർപോർച്ചാണ്. അവിടെ വിറകുകളും ഇരുമ്പ് ദണ്ഡുകളും ഉണ്ട്. അതിലൊന്ന് കൈയിലെടുത്ത് വാതിലിന്റെ അടിവശത്തെ ടിൻ ഷീറ്റ് അടിച്ചുപൊട്ടിച്ചാലോ? പറ്റില്ല,, ശബ്ദം കേൾക്കുന്നവർ കള്ളന്മാരാണെന്ന് കരുതി പോലീസിനെ വിളിക്കാനിടയുണ്ട്. വിറകുകൂനയുടെ മുന്നിലായി ചൂരൽകൊണ്ട് നിർമ്മിച്ച ഊഞ്ഞാലുണ്ട്. മേൽക്കൂരയിൽ നിന്നും തൂങ്ങിക്കിടക്കുന്ന ഊഞ്ഞാലിൽ ഞാനിരുന്നു. കൊതുകുകൾ മൂളിപ്പാട്ട് പാടിക്കൊണ്ട് ചോരയൂറ്റാൻ വരുമ്പോൾ എന്റെ ഊഞ്ഞാലാട്ടത്തിന്റെ വേഗത വർദ്ധിച്ചു.

ചുറ്റും പടരുന്ന ഇരുട്ട് സന്ധ്യവിളക്ക് കത്തിക്കാറായെന്ന് അറിയിച്ചു. ഇന്നിനി വിളക്കു കത്തിക്കാനാവുമോ? അതിലും പ്രധാനപ്പെട്ട മറ്റൊരുകാര്യമുണ്ട്. മരുന്ന് കഴിക്കണം,, ഓരോ ദിവസവും മുന്നോട്ട് പോകാൻ കൃത്യമായ അളവിൽ മരുന്ന് കഴിക്കേണ്ട എന്റെ സമയമാണ് വൈകുന്നേരത്തെ ആറുമണി,, അതെന്ത് ചെയ്യും? മരുന്ന് പോയിട്ട് വൈകുന്നേരത്തെ ചായപോലും കുടിച്ചിട്ടില്ല. അകത്തുകടന്ന് ചായ ഉണ്ടാക്കിയിട്ടുവേണ്ടെ കുടിക്കാൻ? അസഹനീയമായ വിശപ്പും ദാഹവും ദേഹമാസകലം എരിപൊരി സഞ്ചാരം നടത്തുമ്പോഴും വീട് എന്നെനോക്കി ചിരിച്ചു.

പക്ഷികളുടെ കലപിലശബ്ദം വർദ്ധിച്ചു വരികയാണ്. ചുറ്റുപാടുമുള്ള ചെടികളിൽ ഉറങ്ങാൻ വരുന്നവരാണ്,, ബുൾബുൾ, ഓലേഞ്ഞാലി, തുന്നാരൻ, മണ്ണാത്തിക്കിളി, എന്നിവയോടൊപ്പം കരിയിലക്കിളികളുടെ കൂട്ടവും ഉണ്ട്. മരച്ചില്ലകളിൽ മാറിമാറി പറന്നിറങ്ങിയിട്ട് അവർ സന്ധ്യാനേരത്തെ വരവേൽക്കുകയാണ്. മണ്ണാത്തിക്കിളികളിലൊന്ന് എന്റെസമീപം വന്ന് തുറിച്ചുനോക്കാൻ തുടങ്ങി. ഇങ്ങനെയൊരു ജന്തുവിനെ ഈ നേരത്ത് കണ്ടതുകൊണ്ടാവണം,

പെട്ടെന്ന് ബഹളംകൂട്ടി മറ്റുള്ളവരെ അറിയിച്ചതോടെ പറവകളെല്ലാം നിശബ്ദമായി എങ്ങോട്ടോ പോയൊളിച്ചു. ഇനിയിപ്പോൾ രാത്രിഞ്ചരന്മാരായ ജന്തുക്കളുടെ വരവ് തുടങ്ങും. പെരിച്ചാഴി, മരപ്പട്ടി, പാമ്പ്, എലി, കുറുക്കൻ തുടങ്ങി ആരൊക്കെയാവും വരുന്നത്!

മനസ്സാകെ കലങ്ങിമറിയുകയാണ്; ഏതാനും മണിക്കൂർ സ്വന്തം വീട്ടിൽനിന്നും പുറത്തായി എന്നത് അംഗീകരിക്കേണ്ട അനുഭവമായി മുന്നിൽ വന്നിരിക്കുന്നു. അപ്പോൾ വീട്ടിൽനിന്നും നാട്ടിൽനിന്നും പുറത്താക്കപ്പെട്ടവരുടെ മനോവ്യാപാരം എന്തായിരിക്കും? ഇരുട്ടിന്റെ കട്ടി കൂടിവരികയാണ്. വലിയൊരു പ്രശ്നം ഫോൺ ചെയ്ത് അറിയിച്ചിട്ടും അങ്ങേർക്ക് പെട്ടെന്ന് വരാൻ തോന്നിയില്ലല്ലോ. അഞ്ചുമണിക്ക് തീരേണ്ട പരിപാടി ഏഴ് മണി ആയിട്ടും തീർന്നില്ലേ? പറഞ്ഞിട്ടെന്താ, കുറ്റമൊക്കെ എനിക്കായിരിക്കുമല്ലോ. വാതിൽ അടക്കുമ്പോൾ ശ്രദ്ധിക്കാതിരുന്നാൽ അനുഭവിക്കണം, എന്നായിരിക്കും പറയുന്നത്. കൊതുകുകടി അസഹനീയമായപ്പോൾ ഊഞ്ഞാലിൽ അമർന്നിരുന്ന് ആടാൻ തുടങ്ങി.

വീടിനകത്ത് വെളിച്ചം നിറഞ്ഞിരിക്കയാണ്, ഫാൻ ശക്തമായി കറങ്ങുന്നുണ്ട്. ഫെയ്സ്ബുക്ക് ഇപ്പോഴും തുറന്നു കിടക്കുന്നുണ്ടാവും,, അതങ്ങിനെ കിടക്കട്ടെ, കമന്റും ലൈക്കും നിറയട്ടെ. ഭാഗ്യത്തിന് ചായ ഉണ്ടാക്കാൻ ഗ്യാസ്സ്റ്റൗ തുറന്നിട്ടില്ല.

പരിസരം ഇരുട്ടായതോടെ അകലെയുള്ള റോഡിൽ തെരുവുവിളക്ക് പ്രകാശിക്കാൻ തുടങ്ങി.

പെട്ടെന്ന് ഗെയ്റ്റ് തുറക്കുന്ന ശബ്ദം, ഹോ അദ്ദേഹം വന്നല്ലോ. സാധാരണ ഓട്ടോപിടിച്ച് വരുന്നആൾ പതുക്കെ നടന്നുവരുന്നു! അപ്പോൾ എന്റെ വീട് എന്നെ പുറത്താക്കിയതൊന്നും അങ്ങേർക്ക് പ്രശ്നമല്ല. മുറ്റത്തെത്തിയപ്പോൾ കേട്ടു.

“അതെങ്ങനെയാ വാതിൽ അടഞ്ഞുപോകുന്നത്? അങ്ങനെ ആയാലും മറ്റൊരു വീട്ടിൽ പോയിട്ട് വിളിക്കണോ? ഞാൻ വന്നിട്ട് വാതിൽ തുറന്നാൽ പോരെ?”

“എത്ര സമയമായി മുറ്റത്തിരിക്കുന്നത്?”

“ഇരിക്കണം. ഒരു ശ്രദ്ധയുമില്ലാതെ വാതിലടച്ചാൽ ഇനിയും ഇരിക്കണം. അതിന് നാട്ടുകാരെ അറിയിക്കണോ?”

അപ്പോൾ, ഇത്രയും നേരം അനുഭവിച്ചതെല്ലാം? എന്റേതുമാത്രം...

******